ഗണിതശേഷി വളർത്താം

ganithaseshi valarthaam
balasahithyam
•
palliyara sreedharan
•
first chintha edition
august 2015
•
typesetting & published
chintha publishers, thiruvananthapuram
•
printed at
Repro India Ltd, Mumbai.
•
cover
bloofish
•
price
rupees fifty only

വിതരണം
ദേശാഭിമാനി ബുക്ക് ഹൗസ്
H O തിരുവനന്തപുരം-695 035
phone: 0471-2303026, 6063026
www.chinthapublishers.com
chinthapublishers@gmail.com

ബ്രാഞ്ചുകൾ
ഹെഡ്ഡാഫീസ് ബ്രാഞ്ച് കുന്നുകുഴി • സ്റ്റാച്യു തിരുവനന്തപുരം • കെ എസ് ആർ ടി സി ബസ് സ്റ്റേഷൻ ആലപ്പുഴ • കെ എസ് ആർ ടി സി ബസ് സ്റ്റേഷൻ എറണാകുളം • ചിറ്റൂർ റോഡ് എറണാകുളം • മച്ചിങ്ങൽ ലെയ്ൻ തൃശൂർ • ഐ ജി റോഡ് കോഴിക്കോട് • മാവൂർ റോഡ് കോഴിക്കോട് • എൻ ജി ഒ യൂണിയൻ ബിൽഡിങ് കണ്ണൂർ • സെൻട്രൽ ബസ് ടെർമിനൽ കോംപ്ലക്സ് താവക്കര കണ്ണൂർ

CO - 2073 / 3486

ഗണിതശേഷി വളർത്താം

ബാലസാഹിത്യം

പള്ളിയറ ശ്രീധരൻ

ചിന്ത പബ്ലിഷേഴ്സ്
തിരുവനന്തപുരം-695 035
വില : ₹ 50

പള്ളിയറ ശ്രീധരൻ

1950 ജനുവരി 17 ന് കണ്ണൂർ ജില്ലയിലെ എടയന്നൂരിനടുത്ത് ജനിച്ചു. കൂടാളി ഹൈസ്കൂളിൽ അധ്യാപകനായിരുന്നു. ഇപ്പോൾ ജോലിയിൽനിന്ന് വളണ്ടറി റിട്ടയർമെന്റ് വാങ്ങി ഗ്രന്ഥരചനയിൽ കൂടുതൽ ശ്രദ്ധിക്കുന്നു. CCRT ഓറിയന്റേഷൻ കോഴ്സ്, NCERT റിസോഴ്സ് പേഴ്സൺ ട്രെയിനിങ് കോഴ്സ് എന്നിവയടക്കം നിരവധി കോഴ്സുകളിലും സെമിനാറുകളിലും പങ്കെടുത്തിട്ടുണ്ട്. കേരള വിദ്യാഭ്യാസ വകുപ്പ് സംസ്ഥാനാടിസ്ഥാനത്തിൽ നടത്തിയ ഗണിതശാസ്ത്ര പഠനോപകരണ നിർമാണമത്സരത്തിൽ സമ്മാനം നേടിയിട്ടുണ്ട്. പാഠപുസ്തകങ്ങൾ ഉൾപ്പെടെ സംസ്ഥാന വിദ്യാഭ്യാസ ഇൻസ്റ്റിറ്റ്യൂട്ടിനു വേണ്ടിയും NCERTക്ക് വേണ്ടിയും ഗ്രന്ഥരചനയിൽ സഹകരിച്ചിട്ടുണ്ട്. കേരള സംസ്ഥാന ബാലസാഹിത്യ ഇൻസ്റ്റിറ്റ്യൂട്ട് ഭരണസമിതി അംഗവും, *തളിര്* പത്രാധിപ സമിതി അംഗവുമാണ്. ബാലസാഹിത്യത്തിനുള്ള സമഗ്രസംഭാവനയ്ക്കുള്ള സംസ്ഥാന സർക്കാരിന്റെ അവാർഡ്, ഭീമ പ്രത്യേകപുരസ്കാരം, ഭാരത് എക്സലൻസ് അവാർഡ്, സുഭദ്രാ കുമാരി ചൗഹാൻ ജന്മശതാബ്ദിപുരസ്കാരം, ഹൈസ്കൂൾ അധ്യാപകർക്കുള്ള സംസ്ഥാന അവാർഡ്, സംസ്ഥാന ബാലസാഹിത്യ ഇൻസ്റ്റിറ്റ്യൂട്ടിന്റെ വൈജ്ഞാനിക സാഹിത്യ അവാർഡ് (*സംഖ്യകളുടെ കഥ*), കേരള സാഹിത്യ അക്കാദമി അവാർഡ് (*പൂജ്യത്തിന്റെ കഥ*), ആശ്രയ ബാലസാഹിത്യ അവാർഡ് (*അത്ഭുതസംഖ്യകൾ*), അധ്യാപക കലാസാഹിത്യ സമിതി അവാർഡ് (*സംഖ്യകളുടെ ജാലവിദ്യകൾ*), സമന്വയ ബാലസാഹിത്യ അവാർഡ്, മികച്ച ശാസ്ത്രഗ്രന്ഥത്തിനുള്ള സംസ്ഥാന സർക്കാരിന്റെ അവാർഡ് എന്നിവ നേടിയിട്ടുണ്ട്. നൂറിലേറെ കൃതികൾ രചിച്ചിട്ടുണ്ട്.

വിലാസം : പള്ളിയറ ശ്രീധരൻ,
വാരം, കണ്ണൂർ- 670 594
ഫോൺ : 9847178201, 0497 2721526.
Email : palliyarasreedharan@gmail.com.
website : www.palliyarasreedharan.com.

ഉള്ളടക്കം

പ്രസാധകക്കുറിപ്പ്

അക്കങ്ങളുടെ ലോകം പലരെയും വട്ടംകറക്കുന്നതാണ്. കുട്ടിക്കാലത്ത് പിടികൂടുന്ന കണക്കുപേടി മുതിർന്നാലും തുടരും. കണക്ക് ഒരു യുക്തിയാണ്. സംഖ്യകൾക്കുള്ളിലെ യുക്തി സ്വായത്തമായാൽ കണക്ക് കവിതപോലെയാകും. കുട്ടികളിൽ ഗണിതാഭിമുഖ്യം വളർത്താൻ തന്റെ കൃതികളിലൂടെ ശ്രമിച്ചുവരുന്ന ശ്രീ. പള്ളിയറ ശ്രീധരന്റെ *ഗണിതശേഷി വളർത്താം* എന്ന ഈ പുസ്തകം കുട്ടികൾക്ക് വളരെയേറെ സഹായകരമായിരിക്കും.

ചിന്ത പബ്ലിഷേഴ്സ്

ഗണിതശേഷി വളർത്താം

സാക്ഷരത എന്നാൽ അക്ഷരജ്ഞാനം മാത്രമാണ് എന്ന ധാരണ പൊതുവെ ഉണ്ടെന്ന് തോന്നുന്നു. അക്ഷരജ്ഞാനം നേടുന്നതോടൊപ്പം അക്കജ്ഞാനവും സാക്ഷരതയുടെ ലക്ഷ്യമാണ്. അക്കജ്ഞാനമില്ലാതെയുള്ള സാക്ഷരത അപൂർണമാണ്. അക്കജ്ഞാനവും അക്ഷരജ്ഞാനവും പരസ്പരം പൂരകങ്ങളാണ്.

അക്ഷരമുപയോഗിച്ചുള്ള രചനകളിൽ ഗണിതത്തിന് യാതൊരു സ്വാധീനവുമില്ല എന്നാണ് മിക്കവരുടെയും വിശ്വാസം. ജീവിതം ഒരു കാവ്യപുസ്തകമാണ്. അതിൽ കണക്കെഴുതാൻ ഏടുകളില്ല എന്ന അർഥത്തിലുള്ള ഒരു ഗാനം പ്രചാരത്തിലുണ്ട്. പക്ഷേ, കാവ്യത്തെ കാവ്യമാക്കി മാറ്റാൻ കണക്കില്ലാതെ പറ്റില്ല എന്ന് കാവ്യത്തെ സൂക്ഷ്മമായി വിശകലനം ചെയ്താലേ മനസിലാകൂ. ഓരോ കവിതയിലും ഓരോ വരിയിലും എത്ര അക്ഷരങ്ങൾ വീതം വേണമെന്ന കണക്കുണ്ട്. ഈ കണക്കനുസരിച്ച് അക്ഷരങ്ങൾ വിന്യസിച്ചാൽ മാത്രമേ കവിത കവിതയാവുകയുള്ളൂ. വൃത്തമുപയോഗിക്കാത്ത കവിതയിൽ താളമുണ്ടാകും. താളവും രാഗവും സംഗീതവുമൊക്കെ കണക്കിലധിഷ്ഠിതമാണ്. കണക്കില്ലാത്ത ജീവിതാവസ്ഥയെപ്പറ്റി നമുക്ക് ചിന്തിക്കാൻപോലും സാധ്യമല്ല. നല്ല ഗണിതശേഷി ഇല്ലാതെ ജീവിതവിജയം വരിക്കാനോ ജീവിക്കാൻ പോലുമോ സാധിക്കുകയില്ല എന്നതാണ് സത്യം.

മറ്റെല്ലാ ശേഷിയും പോലെ ഗണിതശേഷിയും ജന്മനാ ഉണ്ടാവുന്നതുതന്നെ; മനുഷ്യരിൽ ഏറിയും കുറഞ്ഞും ഇരിക്കും. നാം

ഇഷ്ടപ്പെട്ടാലും ഇല്ലെങ്കിലും ജീവിക്കാൻ ഗണിതശേഷി കൂടിയേ തീരൂ. അപ്പോൾപ്പിന്നെ എന്താണ് വഴി - ഗണിതശേഷി വളർത്തുക തന്നെ.

ഗണിതക്രിയകൾ ചെയ്യുന്നത് ഗണിതശേഷി വളർത്താൻ സാധിക്കുമെന്നത് തെളിയിക്കപ്പെട്ട കാര്യമാണ്. ഗണിതപ്രശ്നങ്ങൾ നിർദ്ധാരണം ചെയ്യാൻ കഴിവുനേടുന്നതോടെ ജീവിതത്തിലെ പ്രശ്നങ്ങൾ നേരിടാനും കൂടുതൽ കഴിവു നേടുന്നു. നിങ്ങൾക്ക് ചില ഗണിത പ്രശ്നങ്ങൾ പരിചയപ്പെടാം. ഇവ നിങ്ങളുടെ ഗണിത ശേഷി വളർത്താൻ സഹായിക്കട്ടെ.

പള്ളിയറ ശ്രീധരൻ

ചോദ്യങ്ങൾ

1. എന്തൊരു സംഖ്യ!!!

അനിൽ തന്റെ സുഹൃത്ത് അലക്സിനോട് പറഞ്ഞു:

"ഞാൻ ഒരു സംഖ്യ മനസിൽ വിചാരിക്കുന്നു."

അലക്സ് ചോദിച്ചു:

"ഇരട്ടയാണോ?"

"അല്ല രണ്ടുകൊണ്ട് ഹരിച്ചാൽ ഒന്ന് ശിഷ്ടം വരും."

"മൂന്നുകൊണ്ട് ഹരിച്ചാലോ?"

"ഒന്നു ശിഷ്ടം വരും."

"നാലു കൊണ്ട് ഹരിച്ചാലോ?"

"ഒന്നു ശിഷ്ടം വരും."

"അഞ്ചു കൊണ്ട് ഹരിച്ചാലോ?"

"ഒന്നു ശിഷ്ടം വരും."

"ആറു കൊണ്ട് ഹരിച്ചാലോ?"

"ഒന്നു ശിഷ്ടം വരും."

"അമ്പോ എന്തൊരു സംഖ്യ!" ഏഴുകൊണ്ട് ഹരിച്ചാലോ?

"ശിഷ്ടം പൂജ്യം!" പക്ഷേ, ഇത്തരത്തിൽപ്പെട്ട ഏറ്റവും ചെറിയ സംഖ്യയാണിത്."

അലക്സ് ഉടനെ സംഖ്യ പറഞ്ഞു കൊടുത്തു.

ഏതായിരിക്കും ആ സംഖ്യ?

2. എന്തുകൊണ്ട്?

12345679 എന്ന സംഖ്യയിൽ 8 എന്ന അക്കം ഇല്ല എന്ന് വ്യക്തമാണല്ലോ. ഇതിനെ 72 കൊണ്ട് ഗുണിച്ചുനോക്കൂ:

12345679 X 72 = 888888888

അമ്പോ എന്തൊരു സംഖ്യ. ഗുണനഫലത്തിൽ വെറും എട്ട് മാത്രം! ഗുണ്യത്തിലും ഗുണകത്തിലും എട്ട് കാണാനുമില്ല! *എന്തുകൊണ്ട് ഈ അത്ഭുതം സംഭവിച്ചു എന്ന് പറയാമോ?*

3. എന്തുകൊണ്ട്?

7, 11, 13 എന്നിവ അടുത്തടുത്ത അഭാജ്യ സംഖ്യ(Prime number) കളാണല്ലോ. ഈ സംഖ്യകൾകൊണ്ടൊന്നും നിശ്ശേഷം ഹരിക്കാൻ സാധിക്കാത്ത ഒരു മൂന്നക്ക സംഖ്യ എഴുതുക. ഈ മൂന്നക്കസംഖ്യ ഇതേ ക്രമത്തിൽ ആവർത്തിച്ച് എഴുതി ഒരു ആറക്കസംഖ്യയാക്കുക. ഇങ്ങനെ എഴുതുന്ന ഏത് ആറക്ക സംഖ്യയും 7, 11, 13 എന്നീ സംഖ്യകൾകൊണ്ട് നിശ്ശേഷം ഹരിക്കാൻ സാധിക്കും. സംശയമുണ്ടെങ്കിൽ ക്രിയ ചെയ്തു നോക്കൂ. *ഇങ്ങനെ ഹരിക്കാൻ സാധിക്കുന്നത് എന്തുകൊണ്ട്?*

4. എന്തുകൊണ്ട്?

0, 1, 5, 6 എന്നീ അക്കങ്ങളിൽ അവസാനിക്കുന്ന ഏത് സംഖ്യകൾ തമ്മിൽ ഗുണിച്ചാലും അതേ അക്കങ്ങളിൽത്തന്നെ അവസാനിക്കുമെന്ന് നമുക്കറിയാം. ഏതു സംഖ്യകളിലെയും അവസാന രണ്ടക്കങ്ങൾ 76 ആയാൽ ഇവയുടെ ഗുണനഫലങ്ങളും 76 ൽ അവസാനിക്കും.

എന്തുകൊണ്ട്?

5. എന്തുകൊണ്ട്?

ടിന്റുമോൻ ഇരുപതാം നമ്പർ ഫ്ളോറിലുള്ള ഒരു ഫ്ളാറ്റിലാണ് താമസം. അവൻ സ്കൂൾ വിട്ട് വരുന്നത് എപ്പോഴും അമ്മയുടെ കൂടെ ആയിരിക്കും. കാരണം, അമ്മ ടിന്റുമോന്റെ സ്കൂളിലെ ടീച്ചറാണ്.

ഒരു ദിവസം ടിന്റുമോൻ തനിച്ചായി. അമ്മ അന്ന് ലീവായിരുന്നു. അന്ന് ടിന്റുമോൻ പതിനാറാം ഫ്ളോർ വരെ മാത്രമേ

ലിഫ്റ്റിൽ മേലോട്ടു പോയുള്ളൂ. ബാക്കി സ്റ്റെയർകെയ്സിലൂടെ നടന്നാണ് കയറിയത്.

എന്തുകൊണ്ടായിരിക്കും?

6. പാലിൻ ഡ്രോമികങ്ങൾ

കനക
കലിക
മോരുതരുമോ?
കരിതലവിറ്റ്വിലതരിക
RADAR
RIVIVER
MALAYALAM
NOLEMONS NOMELON
ABLE SAW, I WAS ELBA
A MAN, A PLAN, A CANAL PANAMA

എന്നിവയെല്ലാം ഇടത്തോട്ടും വലത്തോട്ടും ഒരേപോലെ വായിക്കും. ഇവ പാലിൻ ഡ്രോമികങ്ങൾ എന്നറിയപ്പെടുന്നു. 232, 51415, 7332337 എന്നിവ പാലിൻ ഡ്രോമിക സംഖ്യകളാണ്.

20022002 എന്ന പാലിൻ ഡ്രോമിക സംഖ്യയുടെ ഘടകങ്ങളായ മൂന്ന് പാലിൻ ഡ്രോമികങ്ങൾ കണ്ടുപിടിക്കാമോ?

7. സംഖ്യകളേവ?

താഴെ കൊടുത്തിട്ടുള്ള ചതുരത്തിൽ കൊടുത്തിരിക്കുന്ന സംഖ്യകൾ ശ്രദ്ധിക്കുക:

5	14	6	17
16	7	11	4
15	8	12	3
2	13	9	10

നിശ്ചിത നിബന്ധനയ്ക്കനുസരിച്ചാണ് ഇതിൽ സംഖ്യകൾ പൂരിപ്പിച്ചിരിക്കുന്നത്.

ഇതിൽ രണ്ട് സംഖ്യകളുടെ സ്ഥാനം പരസ്പരം മാറിപ്പോയിരിക്കുന്നു. ഈ സംഖ്യകൾ ഏതൊക്കെ ആയിരിക്കും?

8. ഏതാണ് ബാക്കി?

ഒരു കടയിൽ അരി പല ചാക്കുകളിലായി കെട്ടി വെച്ചിരിക്കുന്നു. ഓരോ ചാക്കിലുമുള്ള അരിയുടെ തൂക്കം കിലോഗ്രാമിൽ എഴുതിയിരിക്കുന്നത് ഇങ്ങനെയാണ്:

12, 14, 18, 20, 25, 26.

രണ്ടുപേർ അരി വാങ്ങാനെത്തി. ഒരാൾ വാങ്ങിയതിന്റെ ഇരട്ടിത്തൂക്കം അരി മറ്റേ ആൾ വാങ്ങി. ചാക്കുകെട്ട് അഴിക്കാതെയാണ് കൊണ്ടുപോയത്.

അവിടെ ഏത് തൂക്കമുള്ള ചാക്ക് ആണ് ബാക്കി ആയത്?

9. അക്കങ്ങളുടെ തുക

സംഖ്യയിലെ അക്കങ്ങളുടെ തുകയുടെ ക്യൂബ് സംഖ്യക്ക് തുല്യമാകുന്ന സംഖ്യയുണ്ടോ?

10. അത്ഭുതം തന്നെ

സംഖ്യയിലെ അക്കങ്ങളുടെ മൂന്നാം ഘാതങ്ങളുടെ തുക സംഖ്യക്ക് തുല്യമാകുന്ന സംഖ്യകൾ ഉണ്ടോ?

11. അത്ഭുതകരം

വളരെ അത്ഭുതകരമായ ഒരു പ്രത്യേകതയുള്ള ഒരു സംഖ്യയാണ് 1634.

എന്താണീ പ്രത്യേകത എന്ന് പറയാമോ?

12. വില എന്ത്?

പൈയുടെ ദശാംശ സ്ഥാനത്തെ വിലകൾ ഒരിക്കലും അവസാനിക്കാതെ അനന്തമായി നീളുന്നു എന്ന് നമുക്കറിയാം.

നാല് ദശാംശ സ്ഥാനത്തിന് ശരിയായ വില ഏതായിരിക്കും?

എ) 3.1400 ബി) 3.1414 സി) 3.1415 ഡി) 3.1416.

13. സംഖ്യ ഏത്?

താഴെ കൊടുത്തിരിക്കുന്ന കൗതുകകരമായ പ്രത്യേകതകളുള്ള ഏറ്റവും ചെറിയ മൂന്നക്ക സംഖ്യ ഏതായിരിക്കും?

എ) സംഖ്യയിൽനിന്ന് 6 കുറച്ചാൽ സംഖ്യയെ 6 കൊണ്ട് നിശ്ശേഷം ഹരിക്കാം.

ബി) സംഖ്യയിൽനിന്ന് 7 കുറച്ചാൽ സംഖ്യയെ 7 കൊണ്ട് നിശ്ശേഷം ഹരിക്കാം.

സി) സംഖ്യയിൽനിന്ന് 8 കുറച്ചാൽ സംഖ്യയെ 8 കൊണ്ട് നിശ്ശേഷം ഹരിക്കാം.

14. എങ്ങനെ നിർമിക്കാം?

ആറ് ഒന്നുകൾ മാത്രം ഉപയോഗിച്ച് 100 നിർമിക്കാമോ? മറ്റ് അക്കങ്ങളൊന്നും ഉപയോഗിക്കരുത്. അംഗീകരിക്കപ്പെട്ട ഗണിത ശാസ്ത്ര ചിഹ്നങ്ങൾ ഉപയോഗിക്കാം. ഈ ശ്രമം വിജയിച്ചാൽ 2, 3, 4, 5 എന്നീ അക്കങ്ങൾ ഉപയോഗിച്ചും നൂറ് നിർമിക്കുക.

15. നാല് മൂന്നുകൾ

നാല് നാലുകൾ ഉപയോഗിച്ച് ഒന്നു മുതൽ 100 വരെയുള്ള സംഖ്യകളെ രേഖപ്പെടുത്താം. ഇതാ ചില ഉദാഹരണങ്ങൾ:

$$1 = 44 / 44$$
$$2 = (4/4) + (4/4)$$
$$3 = (4 + 4 + 4)/4$$
$$4 = 4 + 4 (4 - 4)$$

ഇതേ പോലെ നാല് മൂന്നുകൾ ഉപയോഗിച്ച് ഒന്നു മുതൽ പത്തു വരെയുള്ള സംഖ്യകളെ രേഖപ്പെടുത്താമോ?

16. എങ്ങനെ അളന്നെടുക്കും?

മൂന്ന് പാത്രങ്ങളുടെ ഉള്ളളവ് 7 ലിറ്റർ, 13 ലിറ്റർ, 19 ലിറ്റർ എന്നിങ്ങനെയാണ്. ഇവയിൽ ആദ്യത്തെ രണ്ട് പാത്രങ്ങളിൽ നിറച്ചും പാലുണ്ട്. മൂന്നാമത്ത പാത്രം കാലിയാണ്. മറ്റ് പാത്ര ങ്ങളൊന്നും ലഭ്യമല്ല.

ഇവ ഉപയോഗിച്ച് പത്തു ലിറ്റർ പാൽ എങ്ങനെ കൃത്യമായി അളന്നെടുക്കും?

17. എപ്പോൾ പ്രായം ഇരട്ടിക്കും?

അജിത്തിന് ഇപ്പോൾ 30 വയസ്സ് പ്രായമുണ്ട്. അജിത്തിന്റെ

മകൾ സനിഷയ്ക്ക് 5 വയസ്സ് പ്രായം. അതായത്, പിതാവിന് മകളുടെ ആറ് മടങ്ങ് പ്രായമുണ്ട്.

എത്ര വർഷം കഴിഞ്ഞാൽ പിതാവിന് മകളുടെ ഇരട്ടി പ്രായമുണ്ടാകും? അപ്പോൾ അവരുടെ പ്രായം എന്തായിരിക്കും?

18. രസകരമായ പ്രത്യേകത

താഴെ കൊടുത്തിരിക്കുന്ന ഗുണനക്രിയകൾ ശ്രദ്ധിക്കുക:

6 x 12 = 72
12 x 3 = 36
17 x 1 = 17
120 x 1/2 = 60
45 x 1/3 = 15

ഈ ഗുണനക്രിയയിലെ ഗുണ്യത്തിനും (multiplier) ഗുണനഫലത്തിനു (product)മുള്ള രസകരമായ ഒരു പ്രത്യേകത എന്തെന്ന് പറയാമോ?

19. ഗണിതശാസ്ത്രജ്ഞനാര്?

സാധാരണ ലോഗരിതത്തിന്റെ ആധാരസംഖ്യ പത്തും നാച്ചുറൽ ലോഗരിതത്തിന്റെ ആധാരസംഖ്യ 'e' ഉം ആണെന്ന് നമുക്കറിയാം.

'e' എന്ന അക്ഷരം ഏത് ഗണിതശാസ്ത്രജ്ഞന്റെ പേരുമായി ബന്ധപ്പെട്ടിരിക്കുന്നു?

20. വയസെത്ര?

വിവാഹസമയത്ത് ഒരു വധുവിന്റെയും വരന്റെയും വയസ്സ് അക്കങ്ങൾ മറിച്ചിട്ട സംഖ്യകളാണ്. അടുത്തടുത്ത അക്കങ്ങളുമാണ്. നാല് വർഷം കഴിഞ്ഞാൽ അവരുടെ വയസുകൾ ഒമ്പതിന്റെ ഗുണിതങ്ങളായിരിക്കും.

അവരുടെ വിവാഹസമയത്തെ വയസ്സ് പറയാമോ?

21. രണ്ട് സമചതുരങ്ങളും.....

എട്ട് തീപ്പെട്ടിക്കമ്പുകൾ തന്നിരിക്കുന്നു. ഇവ ഉപയോഗിച്ച് രണ്ട് സമചതുരങ്ങളും നാല് ത്രികോണങ്ങളും നിർമിക്കാമോ?

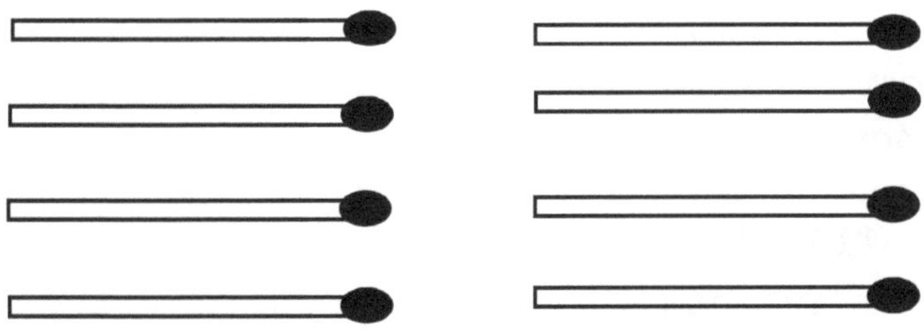

22. ഘടകങ്ങൾ ഏവ?

1 2 3 4 5 6 7 8 9 0 എന്ന സംഖ്യയുടെ പ്രത്യേകത ശ്രദ്ധിച്ചോ? അക്കങ്ങളെല്ലാം ക്രമത്തിലുണ്ട്. സാധാരണയായി ഒരു സംഖ്യ പൂജ്യത്തിൽ ആരംഭിക്കാത്തതിനാൽ പൂജ്യം ഒടുവിലാണ് കൊടുത്തിട്ടുള്ളത്. ഈ സംഖ്യയുടെ നാല് ഘടകങ്ങൾ കണ്ടുപിടിക്കണം.

നാല് ഘടകങ്ങളിലും അഞ്ച് അക്കങ്ങൾ വീതം വേണം. ശ്രമിച്ചു നോക്കൂ.

23. സംഖ്യ ഏത്?

ഒരു മൂന്നക്കസംഖ്യയിലെ ആദ്യത്തെ രണ്ടക്കങ്ങൾ പരസ്പരം മാറ്റുമ്പോൾ സംഖ്യ 20% വർധിക്കുന്നു.

സംഖ്യ ഏത്?

24. തുടർച്ചയായ സംഖ്യകൾ

ഞാൻ രണ്ട് സെറ്റ് സംഖ്യകൾ മനസിൽ വിചാരിക്കുന്നു. രണ്ട് സെറ്റിലെ സംഖ്യകളും തുടർച്ചയായ സംഖ്യകളാണ്. ആദ്യത്തെ സെറ്റിൽ രണ്ട് സംഖ്യകളേ ഉള്ളൂ. രണ്ടാമത്തെ സെറ്റിൽ മൂന്ന് സംഖ്യകളുണ്ട്. പക്ഷേ, ഇവയുടെ ഗുണനഫലങ്ങൾ തുല്യമാണ്. സംഖ്യകളെല്ലാം ഇരുപതിൽ കുറവാണ്. *സംഖ്യകൾ ഏതായിരിക്കും?*

25. തലതിരിയും

അഞ്ച് മൂന്നുകൾ ഉപയോഗിച്ച് 13 എഴുതിയിരിക്കുന്നത് ശ്രദ്ധിക്കുക:

$$3 \times 3 + 3 + 3/3 = 13$$

ഏറ്റവും ചെറിയ എന്ത് മാറ്റം വരുത്തിയാൽ ക്രിയാഫലം തലതിരിയും? അതായത്, 13 എന്ന സംഖ്യ 31 ആകണം. ശ്രമിച്ചുനോക്കൂ.

26. തുക ഏതാണ് വലുത്?

ഇടതുഭാഗത്തും വലതുഭാഗത്തുമായി പത്തു വീതം സംഖ്യകൾ തന്നിരിക്കുന്നു.

ഈ രണ്ട് ഭാഗത്തുമുള്ള സംഖ്യകളുടെ തുകയിൽ ഏതായിരിക്കും വലുത്?

5 4 3 2 1	1
4 3 2 1	1 2
3 2 1	1 2 3
2 1	1 2 3 4
1	1 2 3 4 5
1	1
2 1	1 2
3 2 1	1 2 3
4 3 2 1	1 2 3 4
5 4 3 2 1	1 2 3 4 5

27. എത്ര വയസാകും?

1884 ഫെബ്രുവരി 29 ന് ജനിച്ച ഒരാൾ അഞ്ച് ജന്മദിനങ്ങൾ ആഘോഷിക്കുമ്പോൾ എത്ര വയസാകും?

3367 ന്റെ രസം നോക്കൂ:

3367 X 33 = 111 111

3367 X 66 = 222 222

3367 X 99 = 333 333

3367 X 132 = 444 444

3367 X 165 = 555 555

3367 X 198 = 666 666

3367 X 231 = 777 777

3367 X 264 = 888 888

3367 X 297 = 999 999

28. എങ്ങനെ സംഭവിച്ചു?

രാജൻ വീട്ടിലേക്ക് പോകുമ്പോൾ ഒരു പാക്കറ്റിൽ അഞ്ച് ഓറഞ്ചുമായാണ് പോയത്. വീട്ടിലെത്തിയ ഉടനെ അഞ്ചുപേർ ഓരോ ഓറഞ്ച് സ്വന്തമാക്കി. എന്നിട്ടും പായ്ക്കറ്റിൽ ഒരു ഓറഞ്ച് ഉണ്ടായിരുന്നു.

ഇത് എങ്ങനെ സംഭവിച്ചു?

29. മിഠായികളെത്ര?

വിനീത തന്റെ ജന്മദിനത്തിന് ഒരു പാക്കറ്റ് മിഠായി വാങ്ങി. അയൽപക്കത്തുള്ള ഒരു കൂട്ടുകാരി വിനീതയ്ക്ക് ജന്മദിനാശംസകൾ നേരാൻ എത്തി. ആ കൂട്ടുകാരിക്ക് പകുതിയും ഒന്നു കൂടുതലും കൊടുത്തു. പിന്നീടാണ് മറ്റൊരു വീട്ടിലെ കൂട്ടുകാരി വന്നത്. ബാക്കിയുള്ളതിന്റെ പകുതിയും രണ്ട് കൂടുതലും അവൾക്ക് കൊടുത്തു. മൂന്നാമത്തെ വീട്ടിലെ കൂട്ടുകാരി വന്നപ്പോൾ ബാക്കിയുള്ളതിന്റെ പകുതിയും മൂന്നെണ്ണം കൂടുതലും കൊടുത്തു. ഇനി വിനീതയുടെ കൈയിലുള്ളത് രണ്ടെണ്ണം മാത്രം!

വിനീത വാങ്ങിയ പാക്കറ്റിൽ ആകെ എത്ര മിഠായി ഉണ്ടായിരുന്നു എന്ന് പറയാമോ?

30. സംഖ്യ ഏത്?

ഞാൻ ഒരു സംഖ്യ മനസിൽ വിചാരിക്കുന്നു. ഇതിന്റെ വർഗത്തിനെ സംഖ്യയുടെ പകുതികൊണ്ട് ഹരിക്കുന്നു. ഈ ഫലത്തോട് 36 കൂട്ടി 2 കൊണ്ട് ഹരിക്കുമ്പോൾ കിട്ടുന്ന സംഖ്യ ആദ്യ സംഖ്യയിലെ അക്കങ്ങൾ മറിച്ചു കിട്ടുന്ന സംഖ്യയാണ്. *ഇത് ഒരു പൂർണവർഗമാണെങ്കിൽ ഞാൻ വിചാരിച്ച സംഖ്യ ഏത്?*

31. റോഡ് മുറിച്ചു കടന്നാൽ

ശ്രദ്ധയോടെ റോഡ് മുറിച്ചു കടന്നില്ലെങ്കിൽ അപകടത്തിന് സാധ്യതയുണ്ടല്ലോ. ഇതാ ഒരു സമവാക്യം:

ROADS + CROSS = DANGER

ഓരോ അക്ഷരത്തിനും ഓരോ നിശ്ചിത അക്കം നൽകി ശരിയായ ഒരു സങ്കലനഫലം നിർമിക്കാമോ? ഒരു അക്ഷരത്തിന് ഒരു അക്കം മാത്രമേ പാടുള്ളൂ. ഒരക്കത്തിന് ഒരക്ഷരവും. ശ്രമിച്ചു നോക്കൂ.

32. എങ്ങനെ നിർമിക്കാം?

എട്ട് തീപ്പെട്ടിക്കമ്പുകൾ ഉപയോഗിച്ചുള്ള ഒരു സമചതുരം താഴെ കൊടുക്കുന്നു.

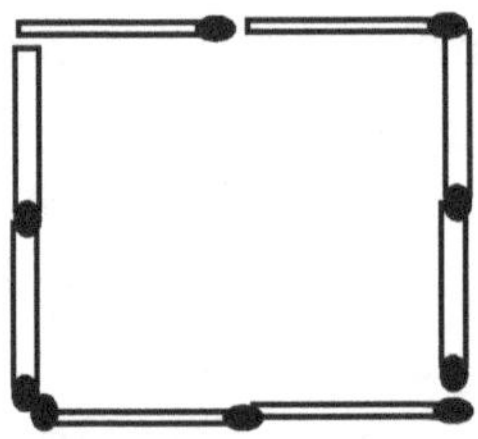

ഇതിന്റെ ഒരു വശത്തിന്റെ നീളം 2 യൂണിറ്റാണ്.

ഈ സമചതുരത്തിന്റെ വിസ്തീർണം 2 X 2 = 4 ച. യൂണിറ്റ്

ഈ എട്ട് കമ്പുകൾ ഉപയോഗിച്ച് 3 യൂണിറ്റ് വിസ്തീർണമുള്ള ഒരു ചതുരം നിർമിക്കാമോ?

33. എങ്ങനെ നിർമിക്കാം?

ഒമ്പത് തീപ്പെട്ടിക്കമ്പുകൾ ഉപയോഗിച്ച് ഒരു ജ്യാമിതീയ രൂപം നിർമിച്ചിട്ടുള്ളത് താഴെ കൊടുക്കുന്നു.

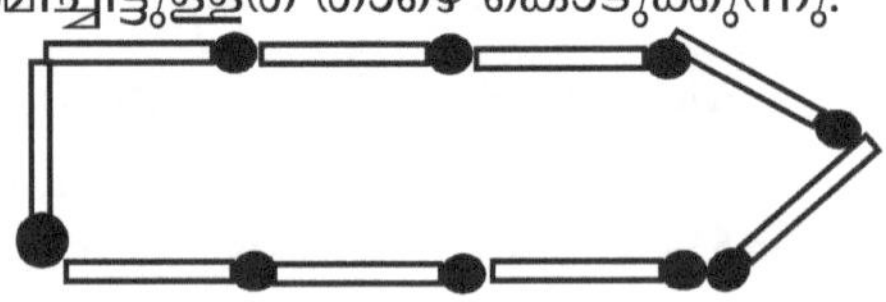

ഇതിന്റെ മൂന്ന് മടങ്ങ് വിസ്തീർണമുള്ള ഒരു ജ്യാമിതീയ രൂപം നിർമിക്കണം.

പതിനഞ്ച് കമ്പുകൾ മാത്രമേ ഉപയോഗിക്കാവൂ. എങ്ങനെ നിർമിക്കാം?

34. സംഖ്യ ഏത്?

ഒരു സംഖ്യയോട് 4 കൂട്ടിയാലും സംഖ്യയെ 4 കൊണ്ട് ഗുണി

ച്ചാലും ഒരു ഫലം കിട്ടും.

സംഖ്യ ഏത്?

35. സംഖ്യകൾ ഏവ?

താഴെ കൊടുത്തിരിക്കുന്ന ഗുണനഫലങ്ങൾ ശ്രദ്ധിക്കുക:

51249876 x 3 = 153749628

32547891 x 6 = 195287346

രണ്ട് ഗുണനക്രിയകളിലും ഇടതുഭാഗത്തും വലതുഭാഗത്തും പൂജ്യം ഒഴികെയുള്ള എല്ലാ അക്കങ്ങളും ഒരു പ്രാവശ്യം മാത്രം ഉപയോഗിച്ചിരിക്കുന്നതായി കാണാം. 3 കൊണ്ടും 6 കൊണ്ടുമാണ് ഗുണിച്ചിട്ടുള്ളത്.

9091 ന്റെ രസം

ഒരു അഞ്ചക്കസംഖ്യയെ 9091 കൊണ്ടും 11 കൊണ്ടും ഗുണിച്ചാൽ ....

12345 X 9091 X 11 = 12345 12345

34724 X 9091 X 11 = 34724 34724

89765 X 9091 X 11 = 89765 89765

90872 X 9091 X 11 = 90872 90872

45327 X 9091 X 11 = 45327 45327

ഏതു സംഖ്യയെ 9 കൊണ്ട് ഗുണിച്ചാൽ എല്ലാ അക്കങ്ങളും ഒരു പ്രാവശ്യം മാത്രം ഉപയോഗിച്ചുള്ള ഫലം കിട്ടും? 9 കൊണ്ട് ഗുണിക്കുന്ന സംഖ്യയിൽ ഒമ്പത് ഒഴികെ എല്ലാ അക്കങ്ങളും ഒരു പ്രാവശ്യം മാത്രം ഉപയോഗിച്ചിരിക്കണം.

36. വിട്ടുപോയ സംഖ്യ ഏത്?

താഴെ കൊടുത്തിരിക്കുന്ന ചിത്രത്തിലെ സംഖ്യകൾ ഒരു നിശ്ചിത നിബന്ധന അനുസരിച്ചാണ് പൂരിപ്പിച്ചിട്ടുള്ളത്.

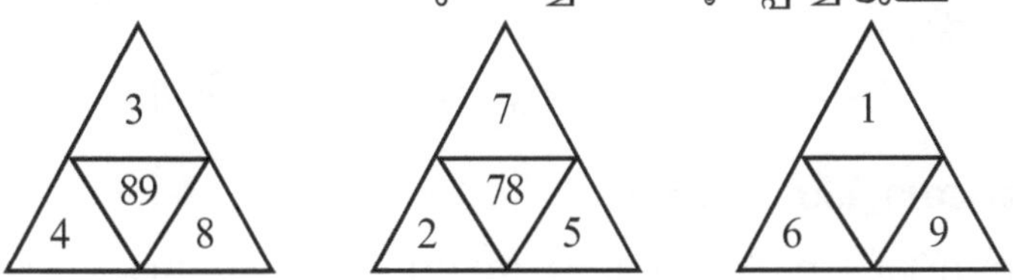

ഇതുപ്രകാരം മൂന്നാമത്തെ ത്രികോണത്തിലെ വിട്ടുപോയ സംഖ്യ ഏതായിരിക്കും?

37. അക്ഷരങ്ങൾക്ക് അക്കം

അക്കങ്ങൾക്കുപകരം അക്ഷരങ്ങൾ നൽകിയിട്ടുള്ള ഒരു സങ്കലനഫലം താഴെ കൊടുക്കുന്നു:

```
  B O B B Y
  L O V E D
J E W E L S
```

ഓരോ അക്ഷരത്തിനും ഓരോ അക്കം നൽകി ഈ സങ്കലനഫലം ശരിയാക്കാമോ? ഒരു അക്കത്തിന് ഒന്നിലധികം അക്ഷരങ്ങളോ, ഒരു അക്ഷരത്തിന് ഒന്നിലധികം അക്കങ്ങളോ പാടില്ല. ശ്രമിച്ചുനോക്കൂ.

38. ഏത് വാക്കുകൾ

ആധുനിക ഗണിതശാസ്ത്രത്തിന്റെ പിതാവായി വിശേഷിപ്പിക്കപ്പെടുന്ന റെനെ ദക്കാർത്തെ (Rene Descartes) ഒരു തത്വജ്ഞാനി കൂടിയായിരുന്നു.

അദ്ദേഹത്തിന്റേതായി അറിയപ്പെടുന്ന പ്രശസ്തമായ വാക്കുകൾ ഏവ?

39. വയസെത്ര?

ഒരു ഹോസ്പിറ്റലിൽവെച്ച് ഒരു സ്ത്രീയോട് വയസ്സ് ചോദിച്ചപ്പോൾ 36 എന്ന് പറഞ്ഞു. എഴുതി എടുക്കുന്ന ക്ലാർക്കിന് സംശയം തോന്നിയതിനാൽ ഒന്നുകൂടി ചോദിച്ചു. 36 വയസു തന്നെ എന്നാണ് സ്ത്രീ വീണ്ടും മറുപടി പറഞ്ഞത്. പക്ഷേ, ഞായറാഴ്ചകൾ അവധി ആയതിനാൽ പരിഗണിച്ചില്ല എന്ന് കൂട്ടിച്ചേർത്തു.

സ്ത്രീയുടെ ശരിയായ വയസ്സ് എത്ര ആയിരിക്കും?

40. ബൈന്റിംഗ് ചാർജ്

സുധീഷ് നഗരത്തിലൂടെ നടന്നു പോകുമ്പോൾ പഴയ

പുസ്തകങ്ങൾ പ്രദർശനത്തിന് വെച്ചതു കണ്ടു. അവിടെയുള്ള പുസ്തകങ്ങൾ നോക്കിയശേഷം ഒരു പുസ്തകം വാങ്ങി. പഴയ തായതു കാരണം ബൈന്റിംഗ് പോയിരിക്കുകയായിരുന്നു. അത് ബൈന്റ് ചെയ്യാൻ ഏൽപ്പിച്ചു. പുസ്തകത്തിന്റെ വിലയും ബൈന്റിംഗ് ചാർജുംകൂടി 120 രൂപയായി.

പുസ്തകത്തിന് ബൈന്റിംഗ് ചാർജിനേക്കാൾ 100 രൂപ കൂടുതലാണെങ്കിൽ ബൈന്റിംഗ് ചാർജ് എത്ര?

41. അഞ്ച് രണ്ടുകൾ

നിങ്ങൾക്ക് അഞ്ച് രണ്ടുകൾ തന്നിരിക്കുന്നു.

മറ്റ് അക്കങ്ങളൊന്നും ഉപയോഗിക്കാതെ ഏതെല്ലാം വിധത്തിൽ നിങ്ങൾക്ക് 15 ആക്കാം. ഒരു സമയത്ത് എല്ലാ രണ്ടുകളും ഉപയോഗിക്കണം. ഗണിതചിഹ്നങ്ങളെല്ലാം ഉപയോഗിക്കാം.

42. സംഖ്യ ഏത്?

Ten thousand ten hundred and ten എന്ന സംഖ്യ താഴെ കൊടുത്തിരിക്കുന്നവയിൽ ഏതായിരിക്കും?

എ) 1010010 ബി) 110100 സി) 11010 ഡി) 10110

43. വിട്ടുപോയ സംഖ്യ ഏത്?

താഴെ കൊടുത്തിരിക്കുന്ന ചിത്രം ശ്രദ്ധിക്കുക:

36		
6	8	10

39		
10	12	4

42		
11	9	

ഒരു നിശ്ചിത നിബന്ധകൾക്ക് അനുസരിച്ചാണ് സംഖ്യകൾ എഴുതിയിരിക്കുന്നത്. ഈ നിബന്ധന പ്രകാരം വിട്ടുപോയ സംഖ്യ ഏതായിരിക്കും?

44. ഓണപ്പൂക്കളം

ഓണത്തിന് നിങ്ങളെല്ലാം പൂക്കളം തീർക്കാറുണ്ടല്ലോ. വൃത്താകൃതിയിലായിരിക്കും മിക്കവരും പൂക്കളം തീർക്കുന്നത്. രശ്മി ഓണപ്പൂക്കളം തീർത്തിട്ടുള്ളത് 5 ചുറ്റ് പൂക്കൾ വെച്ചു

കൊണ്ടാണ്. മധ്യത്തിൽ വലിയ ഒരു പൂവും ചുറ്റും ചെറിയ പൂവുകളുമാണ് ഇട്ടത്. ചെറിയ പൂക്കളുടെ ആകെ എണ്ണം 100.

ഓരോ ചുറ്റിലും ആറ് വീതം പൂക്കൾ കൂടുതലുണ്ടെങ്കിൽ ഏറ്റവും പുറത്തെ (വലിയ) ചുറ്റിൽ എത്ര പൂക്കളുണ്ട്?

45. സ്ഥാനമേത്?

ഇംഗ്ലീഷ് അക്ഷരങ്ങളെ ഒരു നിശ്ചിത നിബന്ധനയ്ക്കനുസരിച്ച് രണ്ട് വരികളിലായി എഴുതിയിരിക്കുന്നത് ശ്രദ്ധിക്കുക:

$$\text{A}_{\text{BCD}}\text{EF}_{\text{G}}\text{HI}_{\text{J}}\text{KLM}$$

ഈ നിബന്ധന അനുസരിച്ച് PQRS ന്റെ സ്ഥാനങ്ങൾ എവിടെയായിരിക്കും?

46. എങ്ങനെ എഴുതാം?

ഒരു നിശ്ചിത ഭാഷയിൽ 'MATHS' എന്നത് 'NCW-LX'എന്നാണ് എഴുതുന്നതെങ്കിൽ,

'DIGIT' എന്ന വാക്ക് എങ്ങനെ എഴുതാം?

47. ത്രികോണങ്ങളെത്ര?

താഴെ കൊടുത്തിരിക്കുന്ന ചിത്രം ശ്രദ്ധിക്കുക:

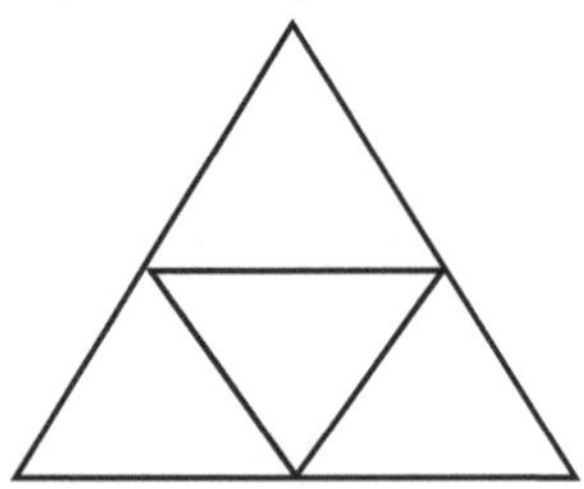

ഈ ചിത്രത്തിൽ എത്ര ത്രികോണങ്ങളുണ്ട്?

നാലെണ്ണം വളരെ വ്യക്തമായി കാണാനുണ്ട്. ഈ നാല് ത്രികോണങ്ങളും ചേർന്ന് മറ്റൊരു ത്രികോണം രൂപപ്പെടുന്നുണ്ട്. അപ്പോൾ ആകെ അഞ്ചു ത്രികോണങ്ങൾ.

എല്ലാ വശങ്ങളും തുല്യമായ ത്രികോണം സമഭുജ ത്രികോണം (equilateral triangle) എന്നാണല്ലോ അറിയപ്പെടുന്നത്.

താഴെ കൊടുത്തിരിക്കുന്ന ചിത്രത്തിൽ എത്ര സമഭുജ ത്രികോണങ്ങൾ ഉണ്ടെന്ന് പറയാമോ?

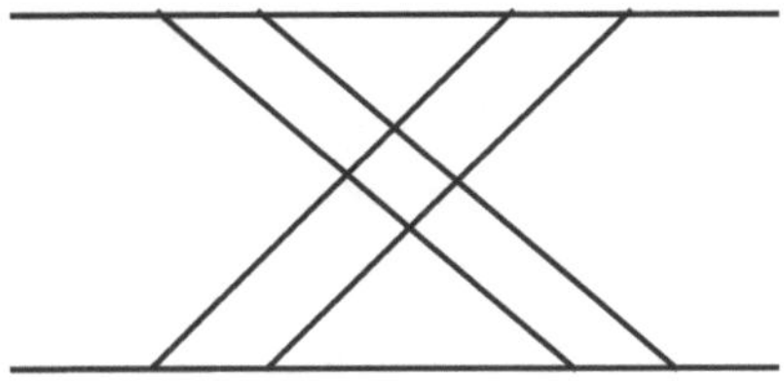

താഴെ കൊടുത്തിരിക്കുന്ന ചിത്രത്തിൽ ത്രികോണമുണ്ടോ?

48. വശത്തിന്റെ നീളം

താഴെ കൊടുത്തിരിക്കുന്ന മട്ട ത്രികോണങ്ങൾ സദൃശങ്ങളാണ്.

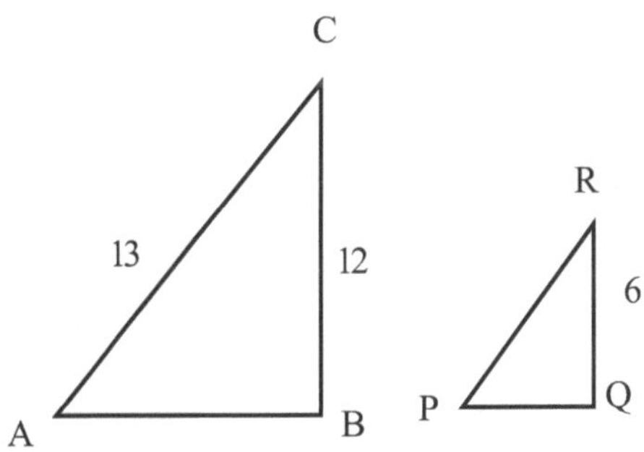

PQ വിന്റെ നീളമെന്ത്?

49. ആര് ജയിക്കും?

അഖിലേഷ്, അർജുൻ എന്നിവർ ഒരു ഓട്ടമത്സരത്തിൽ പങ്കെടുത്തു. ആകെ ഓടേണ്ടത് 100 മീറ്റർ. അഖിലേഷ് 100 മീറ്റർ ഓടി

യപ്പോൾ അർജുന് 90 മീറ്റർ മാത്രമേ ഓടാൻ സാധിച്ചുള്ളൂ. അങ്ങനെ അഖിലേഷ് വിജയിയായി പ്രഖ്യാപിക്കപ്പെട്ടു.

ഇവിടെ ഒരു പ്രശ്നം ഉയർന്നു വന്നു. അഖിലേഷ് സ്റ്റാർട്ടിംഗ് പോയിന്റിൽനിന്നും 10 മീറ്റർ അകലെ നിന്നാണ് ഓട്ടം ആരംഭിക്കുന്നത് എന്ന് വയ്ക്കുക. അർജുൻ സ്റ്റാർട്ടിംഗ് പോയിന്റിൽനിന്നു തന്നെ. നേരത്തെ ഓടിയ അതേ വേഗതയിൽ രണ്ടുപേരും ഓടിയാൽ ആര് ജയിക്കും?

എ) അഖിലേഷ് *ബി) അർജുൻ*

സി) രണ്ടുപേരും ഒപ്പമെത്തും.

50. സംഖ്യ ഏത്?

ഒരു കുസൃതിക്കണക്കാണിത്. യഥാർഥഗുണനമല്ല ഇവിടെ നിർവഹിക്കപ്പെടുന്നത്.

2 X 3 = 64 , 3 X 4 = 124 , 4 X 5 = 204 ആയാൽ 5 X 6 = 64 എത്ര ?

51. എട്ട് എത്ര?

2 = 0 , 3 = 3, 4 = 8 , 5 = 1 5 ആയാൽ *8 = ?*

52. കുട്ടികളുടെ എണ്ണമെത്ര?

770 കുട്ടികളുള്ള ഒരു സ്കൂളിലെ ആൺകുട്ടികളുടെയും പെൺകുട്ടികളുടെയും എണ്ണങ്ങളുടെ അനുപാതം 5:6 ആണ്.

എത്ര ആൺകുട്ടികളെ ചേർത്താൽ കുട്ടികളുടെ അനുപാതം 1:1 ആകും?

53. സമയം എങ്ങനെ കണക്കാക്കാം?

രണ്ടുപേർ ഒരു കാട്ടിൽ നായാട്ടിന് പോയി. കൈയിൽ ടോർച്ചും മെഴുകുതിരിയും കരുതിയിരുന്നു. രണ്ടിനം മെഴുകുതിരികളാണ് അവരുടെ കൈയിലുള്ളത്. ഒരിനം കൃത്യം 11 മിനിറ്റ് നേരം കത്തും, മറ്റേ ഇനം കൃത്യം 7 മിനിറ്റും. ഒരാൾക്ക് ഒരു മരുന്ന് കഴിക്കാനുണ്ട്. കൃത്യം 15 മിനിറ്റ് നേരം ചൂടാക്കണം.

കൃത്യസമയം കണക്കാക്കാൻ അവരുടെ കൈയിൽ വാച്ചൊന്നുമില്ല.

അവർക്ക് എങ്ങനെ കൃത്യസമയം കണക്കാക്കാം?

54. ആഴ്ച എന്ത്?

ഒരു വർഷത്തിലെ ഡിസംബർമാസം ഒന്നാം തീയതി വ്യാഴാഴ്ചയാണെങ്കിൽ.

ആ മാസത്തിന് എത്ര ശനിയാഴ്ചകൾ ഉണ്ടായിരിക്കും?

55. ശിഷ്ടം എത്ര?

7^{777} നെ 10 കൊണ്ട് ഹരിച്ചാലുള്ള ശിഷ്ടം എന്തായിരിക്കും?

56. ക്രിയ ചെയ്യരുത്

ക്രിയ ചെയ്യാതെ ഉത്തരം കാണേണ്ടുന്ന ഒരു ചോദ്യമാണിത്. 9999 X 999 എന്നത് എത്രയായിരിക്കും?

എ) 9981009 *ബി) 9988001*

സി) 9989001 *ഡി) 9978001*

57. എത്രസമയം?

ഒരു പൂവ് വിരിയാൻ 35 മിനിറ്റ് സമയം വേണമെങ്കിൽ *അതേ ഇനത്തിലുള്ള അഞ്ച് പൂക്കൾ വിരിയാൻ എത്ര സമയം വേണ്ടിവരും?*

58. കൂട്ടത്തിൽപ്പെടാത്തത്

താഴെ കൊടുത്തിരിക്കുന്ന നാലു വാക്കുകളിൽ ഒന്ന് മറ്റ് മൂന്ന് വാക്കുകളിൽനിന്നും വ്യത്യസ്തമാണ്. ഏതാണാ വാക്ക്?

എ) Geometry *ബി) Algebra*

സി) Mathematics *ഡി) Arithmetic*

59. സംഖ്യ ഏത്?

ഏത് സംഖ്യയെ അതേ സംഖ്യകൊണ്ട് നാലുപ്രാവശ്യം ഗുണിച്ചാൽ 32768 കിട്ടും? സംഖ്യ ഒരക്കം മാത്രമുള്ള സംഖ്യയാണ്.

60. ഉത്തരം എത്ര?

$(20^2 - 19^2) / 3$ എത്ര ?

എ) 13 *ബി) 17* *സി) 5* *ഡി) 12*

61. തത്തകളുടെ എണ്ണം

അടുത്തടുത്ത രണ്ട് മരങ്ങളിൽ കുറച്ച് തത്ത കളിക്കുന്നത് അനുവിന്റെയും ദീപുവിന്റെയും ശ്രദ്ധയിൽപ്പെട്ടു. അനു ഓരോ മരത്തിലുമിരിക്കുന്ന തത്തകളുടെ എണ്ണം കണക്കാക്കി. ദീപു ഇക്കാര്യം തീരെ ശ്രദ്ധിച്ചില്ല. അൽപ്പനേരം കഴിഞ്ഞപ്പോൾ തത്ത കൾ പറന്നുപോയി.

"ഓരോ മരത്തിലും എത്ര തത്തയുണ്ടായിരുന്നു എന്ന് ദീപു വിന് അറിയുമോ?" അനു ദീപുവിനോട് ചോദിച്ചു.

"എത്രയുണ്ടായിരുന്നു? ഞാൻ ശ്രദ്ധിച്ചില്ല. എണ്ണം നീ കണ ക്കുകൂട്ടി കണ്ടുപിടിക്കണം. ഒരു മരത്തിലെ ഒരു തത്ത മറ്റേമര ത്തിൽപ്പോയാൽ എണ്ണം തുല്യമാകും. മറിച്ച്, രണ്ടാമത്തെ മര ത്തിൽനിന്ന് ആദ്യത്തെ മരത്തിലേക്കാണ് പോയതെങ്കിൽ ഇര ട്ടിയാകും. അതായത്, ഒരു മരത്തിലുള്ള തത്തകളുടെ ഇരട്ടി എണ്ണം മറ്റേ മരത്തിലുണ്ടാകും. എണ്ണം നീ കണക്കാക്കി നോക്ക്."

ദീപു എണ്ണം കണക്കാക്കാൻ ശ്രമിച്ചുകൊണ്ടിരിക്കുകയാണ്. നിങ്ങൾക്കവനെ സഹായിക്കാമോ?

62. അക്കങ്ങളെക്കൊണ്ട് കളിക്കാം

1 മുതൽ 9 വരെയുള്ള സംഖ്യകൾ മൂന്നു വരിയിൽ പ്രത്യേക രീതിയിൽ ക്രമീകരിച്ചിരിക്കുന്നത് ശ്രദ്ധിക്കുക:

6 5 7

3 2 4

9 8 1

ഈ സംഖ്യകൾ എഴുതിയതിൽ എന്താണ് പ്രത്യേകതയു ള്ളത്? ആദ്യത്തെ വരിയിലെയും രണ്ടാമത്തെ വരിയിലെയും സംഖ്യകളുടെ തുകയാണ് മൂന്നാമത്തെ വരിയിലുള്ള സംഖ്യ.

$657 + 324 = 981$

ഇനി ഓരോ നിരയിലെയും സംഖ്യകൾ പരിശോധിച്ചു നോക്കൂ. നിരയിലെ സംഖ്യകളുടെ തുക 936 + 825 എന്നത് 147 ന് തുല്യമല്ലെന്ന് കാണാം.

ഈ അക്കങ്ങൾ മാത്രം ഉപയോഗിച്ച് ആദ്യത്തെ പ്രത്യേകത നിലനിർത്തിക്കൊണ്ട് നിരയിലെ സംഖ്യകളുടെ തുകയും തുല്യമാക്കാമോ?

63. എത്ര ഗോളങ്ങൾ

പിരമിഡുകളെപ്പറ്റി നിങ്ങൾ കേട്ടിരിക്കുമല്ലോ. താഴെ വിസ്താരം കൂടിയിരിക്കുന്നതും മുകളിലോട്ട് പോകുന്തോറും ക്രമത്തിൽ വിസ്താരം കുറഞ്ഞ് ഒടുവിൽ ഒരു ബിന്ദുവിൽ അവസാനിക്കുന്ന ഘനരൂപങ്ങളാണ് പിരമിഡുകൾ. അഗ്രഭാഗത്തിന്റെ അഥവാ അഗ്രമുഖത്തിന്റെ വശങ്ങളുടെ എണ്ണത്തിനനുസരിച്ച് (ആകൃതിക്കനുസരിച്ച്) വിവിധ ഇനം പിരമിഡുകളുണ്ട്. അഗ്രഭാഗത്തിന്റെ വശങ്ങളുടെ എണ്ണം ഏറ്റവും കുറഞ്ഞത് 3 ആയിരിക്കും.

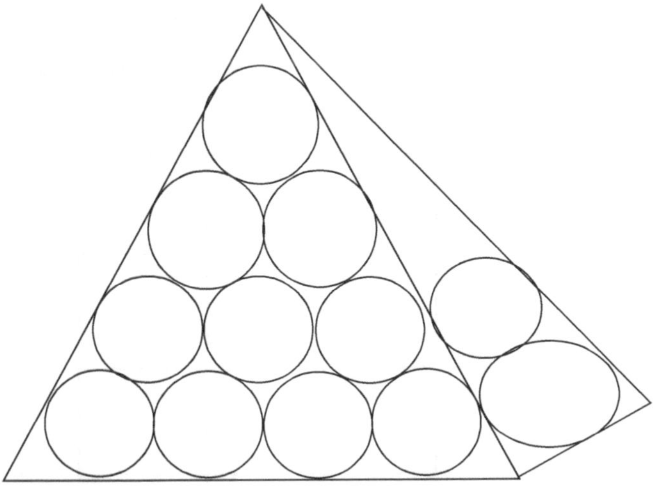

മൂന്ന് വശങ്ങളുള്ള അഥവാ ത്രികോണാകൃതിയിലുള്ള ഒരു പിരമിഡിന് 4 മുഖങ്ങൾ ഉണ്ടായിരിക്കും. നാലു മുഖങ്ങളും

സർവസമമായ ഒരു പിരമിഡ് ചിത്രത്തിൽ കാണാം. ഇതിന്റെ മുഖങ്ങൾ സമഭുജ ത്രികോണങ്ങളാണ്.

ഈ പിരമിഡിൽ ഒരേ വലിപ്പമുള്ള ഏതാനും ഗോളങ്ങൾ ഒന്നിനുമുകളിൽ മറ്റൊന്നായി ക്രമീകരിച്ചിരിക്കുന്നു. ഏറ്റവും അടിയിൽ നാലുഗോളങ്ങളുണ്ട്. അതിനുമുകളിൽ രണ്ട്. ഏറ്റവും മുകളിൽ ഒന്ന്-എന്നിങ്ങനെ ക്രമത്തിലാണ് അടുക്കിയിട്ടുള്ളത്. നാലു മുഖങ്ങളിലും ഇതേ രീതിയിൽ ക്രമീകരണങ്ങൾ കാണാം.

ഈ പിരമിഡിൽ എത്ര ഗോളങ്ങൾ ഉണ്ടെന്ന് പറയാമോ?

64. സ്ഥലം ഭാഗിക്കുക

കൃഷ്ണൻകുട്ടിക്ക് പതിനാറ് ഏക്കർ വിസ്തീർണമുള്ള സമചതുരാകൃതിയായ ഒരു തോട്ടമുണ്ട്. സൗകര്യത്തിനുവേണ്ടി ഓരോ ഏക്കറും സമചതുരാകൃതിയായി ഭാഗിച്ചിരിക്കുന്നു. ഇവ തന്റെ നാലുമക്കൾക്ക് തുല്യമായി ഭാഗിച്ചു നൽകാൻ തീരുമാനിച്ചു. ഭാവിയിലും മക്കൾ തമ്മിൽ പരസ്പരബന്ധം വേണം എന്ന കാരണത്താൽ അദ്ദേഹത്തിന് നിർബന്ധമുള്ള ഒരു കാര്യമുണ്ട്. നാലുപേരുടെയും സ്ഥലങ്ങൾ തൊട്ടുതൊട്ടിരിക്കണം. ഒരാളുടെ സ്ഥലത്തിന്റെ ഒരു മൂല മറ്റൊരാളിന്റെ സ്ഥലത്തിന്റെ ഒരു മൂലയുമായുള്ളബന്ധം പോരാ. വശംതന്നെ ചേർന്നു നിൽക്കണം.

നിങ്ങൾക്ക് അദ്ദേഹത്തെ സഹായിക്കാമോ?

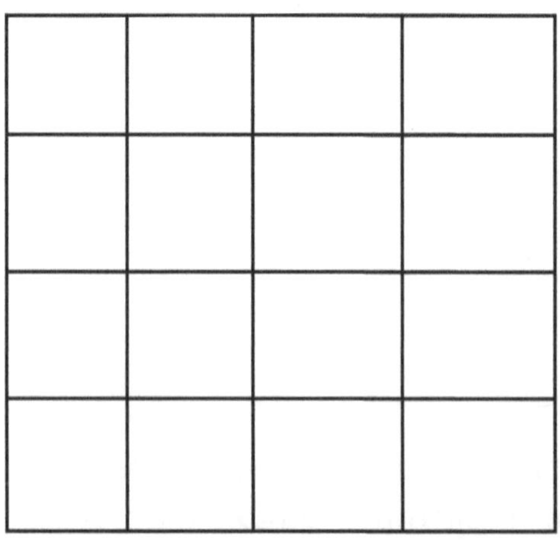

65. ഗുണിച്ചാൽ

താഴെ കൊടുത്തിരിക്കുന്ന ചിത്രം ശ്രദ്ധിക്കുക:

4	3	8
9	5	1
2	7	6

വരിയിലെയും നിരയിലെയും സംഖ്യകളുടെ തുക 15 വീതമാണ്. ആകെ 9 കള്ളി ഉള്ളതിൽ 1 മുതൽ 9 വരെയുള്ള അക്കങ്ങൾ ആവർത്തിക്കാതെ വിട്ടുപോകാതെ എഴുതിയിരിക്കുന്നു.

ഈ ഒമ്പതുകള്ളികളിലെയും സംഖ്യകൾ വരിയിലും നിരയിലും ഗുണിച്ചാൽ 120 കിട്ടണം. തുടർച്ചയായ സംഖ്യകൾ വേണമെന്നില്ല. 15 വരെയുള്ള സംഖ്യകൾ ഉപയോഗിക്കാം. പക്ഷേ, ആവർത്തിക്കരുത്. ശ്രമിച്ചുനോക്കൂ.

66. വയസ്സ് എത്ര?

ധനേഷിന് ഇപ്പോൾ ധന്യയുടെ ഇരട്ടി വയസുണ്ട്. ഏഴു വർഷം കഴിഞ്ഞാൽ അവർ രണ്ടുപേരുടെയും വയസ്സ് പൂർണ വർഗങ്ങളാകും.

എന്നാൽ, അവരുടെ ഇപ്പോഴത്തെ വയസ്സ് എത്ര?

67. എത്ര ആപ്പിൾ?

ഓരോ കൊട്ടകളിലായി ആപ്പിളും ഓറഞ്ചും വെച്ചിട്ടുണ്ട്. ആപ്പിളുകളുടെയെല്ലാം തൂക്കം തുല്യമാണ്. ഓറഞ്ചുകളുടെയെല്ലാം തൂക്കവും തുല്യമാണ്. ഒരു കിലോഗ്രാം ആപ്പിൾ എന്നത് 5 എണ്ണമാണ്. ഒരു കിലോഗ്രാം ഓറഞ്ച് എന്നത് 4 എണ്ണവും. ഒരു ത്രാസിന്റെ ഒരു തട്ടിൽ 10 കിലോഗ്രാം ഭാരം വെച്ചിരിക്കുന്നു. മറ്റേ തട്ടിൽ 20 ഓറഞ്ചുകൾ വെച്ചിട്ടുണ്ട്.

ആ തട്ടിൽ എത്ര ആപ്പിളുകൾ വെച്ചാൽ ത്രാസ് ബാലൻസ് ചെയ്യും?

68. എങ്ങനെ എഴുതാം?

MATHS എന്നത് AHMST എന്ന് എഴുതാമെങ്കിൽ *A L G E B R A* എന്നത് എങ്ങനെ എഴുതാം.

69. ഇഷ്ടികകളുടെ എണ്ണം

ഒരു സ്ഥലത്ത് ഒരേ വലിപ്പത്തിലുള്ള കുറേ ഇഷ്ടികകൾ അടുക്കിവെച്ചിരിക്കുന്നു. അടുക്കിന്റെ നീളം 12 മീറ്റർ, വീതി 10 മീറ്റർ, ഉയരം 8 മീറ്റർ.

അവിടെ താഴെ കൊടുത്തിരിക്കുന്നവയിൽ എത്ര എണ്ണം ഇഷ്ടികയായിരിക്കും ഉണ്ടാകാൻ സാധ്യതയുള്ളത്?

എ) 500 ബി)1000 സി) 480 ഡി) 750

70. പണം എത്ര?

ഒരു നഗരത്തിലൂടെ അഞ്ച് വ്യാപാരികൾ നടന്നുപോയിക്കൊണ്ടിരിക്കെ വിൽപ്പനയ്ക്കുവെച്ചിരിക്കുന്ന ആഭരണം അവരുടെ ശ്രദ്ധയിൽപ്പെട്ടു. അതിന്റെ വില അവർ അന്വേഷിച്ചു മനസിലാക്കി. അഞ്ചുപേരുടെ കൈയിലുള്ള പണം കണക്കുകൂട്ടിയപ്പോൾ ആഭരണത്തിന്റെ വിലയേക്കാൾ കൂടുതലുണ്ട് എന്ന് അവർക്ക് മനസിലായി. പക്ഷേ, നാലുപേരുടെ ആകെ പണം കൊണ്ട് തികയില്ല എന്നും മനസിലായി. ഒന്നാമത്തെയാളിന്റെ കൈയിലുള്ള പണത്തിന്റെ രണ്ടിലൊന്നും (പകുതി) മറ്റുള്ളവരുടെ ആകെ തുകയും ആഭരണത്തിന്റെ വിലയാണെന്ന് അവർ കണ്ടെത്തി. മാത്രമല്ല, രണ്ടാമത്തേയാളിന്റെ കൈയിലുള്ള പണത്തിന്റെ മൂന്നിലൊന്നും മറ്റെല്ലാവരുടെ പണം കൂട്ടിയാലും ആഭരണത്തിന്റെ വിലതന്നെ. ഇതേപോലുള്ള പ്രത്യേകത മറ്റുള്ളവരുടെ കാര്യത്തിലും ഉണ്ട് എന്ന് അവർ മനസിലാക്കി. അതായത്, മൂന്നാമന്റെ കൈയിലുള്ള പണത്തിന്റെ നാലിലൊന്നും മറ്റുള്ളവരുടെ കൈയിലുള്ള പണവും ആഭരണത്തിന്റെ വില തന്നെ. നാലാമന്റെ കൈയിലുള്ള പണത്തിന്റെ അഞ്ചിലൊന്നും മറ്റുള്ളവരുടെ ആകെ പണവും ആഭരണത്തിന്റെ വിലയാകും. അഞ്ചാ

മന്റെ കൈയിലുള്ള പണത്തിന്റെ ആറിലൊന്നും മറ്റെല്ലാവരുടെ പണവും ചേർന്നാലും ആഭരണത്തിന്റെ വിലയാകും. *എന്നാൽ, ഓരോരുത്തരുടെയും കൈയിലുള്ള പണമെന്ത്? ആഭരണത്തിന്റെ വില എന്ത്?*

71. ഏതാണ് വലുത്?

2^{100}, $2^{99} + 2^{98} + 2^{97}$ ....$2^3 + 2^2 + 2^0$ എന്നിവയിൽ

ഏതാണ് വലുത്? എത്ര കൂടുതലുണ്ടാകും?

72. വയസ്സ് എത്ര?

രാജന്റെ രണ്ടു മക്കളുടെയും ഇപ്പോഴത്തെ വയസുകളുടെ തുക ഒരു മകന്റെ വയസിലെ അക്കങ്ങൾ പരസ്പരം മാറ്റിയാൽ കിട്ടുന്നതാണ്. മക്കളുടെ വയസുകൾ തമ്മിലുള്ള വ്യത്യാസം 2 എങ്കിൽ അവരുടെ വയസ്സ് എത്ര വീതമായിരിക്കും?

73. എങ്ങനെ എഴുതാം?

8 + 8 + 8 = 24

ഇവിടെ ഒരേ അക്കം മൂന്ന് പ്രാവശ്യം ഉപയോഗിച്ചിരിക്കുന്നു. സങ്കലന ചിഹ്നം മാത്രമേ ഉപയോഗിച്ചിട്ടുള്ളൂ.

ഒരേ അക്കം മൂന്ന് പ്രാവശ്യം ഉപയോഗിച്ച് 24 ആക്കാമോ? സങ്കലന ചിഹ്നം മാത്രമേ ഉപയോഗിക്കാൻ പാടുള്ളൂ.

74. ത്രികോണങ്ങൾ എത്ര?

താഴെ കൊടുത്തിരിക്കുന്ന ചിത്രത്തിൽ എത്ര ത്രികോണങ്ങൾ ഉണ്ട്?

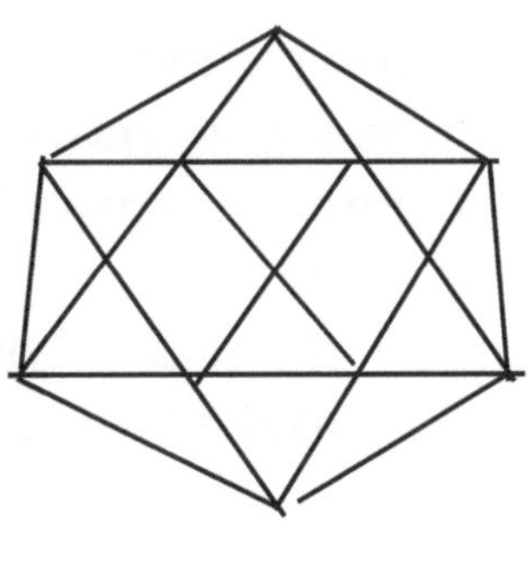

75. മാജിക്ക് ക്രോസ്

12 കള്ളികളുള്ള ഒരു ക്രോസ് താഴെ തന്നിരിക്കുന്നു. ഇതിൽ ഒന്നുമുതൽ 12 വരെയുള്ള സംഖ്യകൾ വിട്ടുപോകാതെ ആവർത്തിക്കാതെ ചേർക്കുക. ഒരേ വരിയിലും നിരയിലും വരുന്ന 4 കള്ളികളിലെ സംഖ്യകളുടെ തുക തുല്യമായിരിക്കണം.

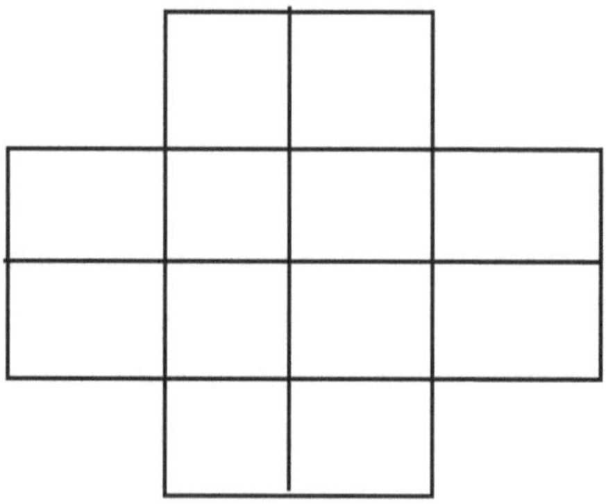

76. സംഖ്യ ഏത്?

ഒന്നിനും നൂറിനും ഇടയിലുള്ള ഒരു സംഖ്യയാണല്ലോ 64. ഇത് ഒരു വർഗസംഖ്യയാണ്, ക്യൂബുമാണ്. എട്ടിന്റെ വർഗം 64. നാലിന്റെ ക്യൂബ് 64.

ആയിരത്തിൽ കുറഞ്ഞ ഇത്തരത്തിലുള്ള മറ്റൊരു സംഖ്യ പറയാമോ?

77. വയസ്സ് എത്ര?

ഒരു സ്ത്രീയുടെ വയസ്സ് ഭർത്താവിന്റെ വയസിലെ അക്കങ്ങൾ മറിച്ചിട്ടതാണ്. അവരുടെ ഇപ്പോഴത്തെ വയസുകളുടെ തുകയെ ഒരു മകന്റെ വയസുകൊണ്ട് ഹരിച്ചാൽ അവരുടെ വയസുകളുടെ വ്യത്യാസം കിട്ടും.

മകന്റെ വയസ്സ് 11 ആയാൽ സ്ത്രീയുടെ വയസെന്ത്? സ്ത്രീക്ക് ഭർത്താവിനേക്കാൾ വയസ്സ് കുറവാണ്.

78. എങ്ങനെ ക്രമീകരിക്കാം?

താഴെ കൊടുത്തിരിക്കുന്ന ചിത്രം ശ്രദ്ധിക്കുക:

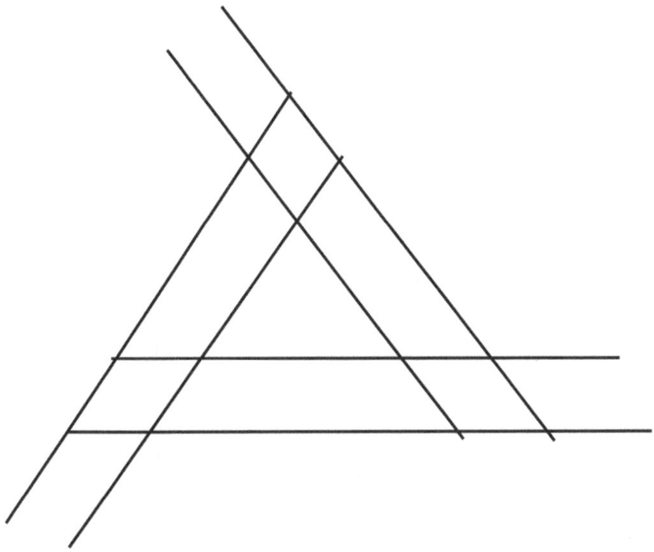

ഇതിൽ മൂന്ന് വരികളുണ്ട്. ഓരോ വരിയിലും നാല് അക്കങ്ങൾ പൂരിപ്പിക്കാൻ സാധിക്കും. പക്ഷേ, ആകെ ഒമ്പത് അക്കങ്ങൾ മാത്രമേ പൂരിപ്പിക്കാൻ സാധിക്കുകയുള്ളൂ. പൂജ്യം ഒഴികെയുള്ള ഒമ്പത് അക്കങ്ങൾ മൂന്ന് വരികളിലായി ചേർക്കുക. ഓരോ വരിയിലുമുള്ള അക്കങ്ങളുടെ തുക തുല്യമായിരിക്കണം. ശ്രമിച്ചു നോക്കൂ.

79. ഏറ്റവും വലിയ സംഖ്യ?

മൂന്ന് രണ്ടുകൾകൊണ്ട് ഉണ്ടാക്കാവുന്ന ഏറ്റവും വലിയ സംഖ്യ ഏതായിരിക്കും?

80. മാന്ത്രികചതുരം നിർമിക്കുക?

അഞ്ച് വരിയും അഞ്ച് നിരയുമുള്ള ഒരു മാന്ത്രികചതുരം നിർമിക്കണം. ഓരോ വരിയിലെയും നിരയിലെയും സംഖ്യകളുടെ തുക 80 ആയിരിക്കണം. ഒരു ചതുരത്തിൽ ഉപയോഗിച്ച

സംഖ്യ മറ്റൊരു ചതുരത്തിൽ ഉപയോഗിക്കരുത്. ഏതാനും ചതുരങ്ങൾ പൂരിപ്പിച്ചിരിക്കുന്നു. മറ്റു ചതുരങ്ങൾ പൂരിപ്പിക്കുക.

6	19		9	22
	18		27	4
25		16		
				21
10		8		26

ഉത്തരങ്ങൾ

1. എന്തൊരു സംഖ്യ!!

301

2,3,4,5,6 എന്നിവയുടെ ല.സ.ഗു കാണുക. ഇത് 60 ആയിരിക്കും. ഈ സംഖ്യകൾകൊണ്ടെല്ലാം ഹരിക്കുമ്പോൾ ഒന്ന് ശിഷ്ടം വരുന്നു. അപ്പോൾ 1 കൂട്ടണം, 61 കിട്ടും. ഇതിനെ 7 കൊണ്ട് ഹരിച്ചാൽ ശിഷ്ടം പൂജ്യമാവില്ല. 61, 121, 181, 241, 301..... എന്നിവയിൽ ഏതിനെ 7 കൊണ്ട് ഹരിച്ചാൽ ശിഷ്ടം വരില്ല എന്ന് നോക്കുക. ഇത് 301 ആയിരിക്കും.

2. എന്തുകൊണ്ട്?

72 എന്നത് 8 x 9 ആണ്.

72 ന്റെ ഒരു ഘടകമായ 9 കൊണ്ട് തന്നിട്ടുള്ള സംഖ്യയെ ഗുണിച്ചുനോക്കൂ:

1 2 3 4 5 6 7 9 x 9 = 1 1 1 1 1 1 1 1 1

വെറും ഒന്നുമാത്രം ! ഈ ഒന്നുകളെ 8 കൊണ്ട് ഗുണിക്കുമ്പോൾ എട്ടുകൾ മാത്രമേ കിട്ടുകയുള്ളൂ എന്നത് വളരെ വ്യക്തമാണ്. 72 കൊണ്ട് നാം സംഖ്യയെ ഗുണിക്കുമ്പോൾ യഥാർഥത്തിൽ 9 കൊണ്ടും 8 കൊണ്ടും ഗുണിക്കുന്നുണ്ട്. 8 നമ്മുടെ കൺമുന്നിലില്ലെങ്കിലും “ഒളിച്ചിരിക്കുന്നു”ണ്ട്!

3. എന്തുകൊണ്ട്?

ഒരു മൂന്നക്ക സംഖ്യയെ അതേ അക്കങ്ങൾ ആവർത്തിച്ചെഴുതി ആറക്കസംഖ്യയായി എഴുതുമ്പോൾ യഥാർഥത്തിൽ മൂന്നക്ക സംഖ്യയെ 1001 കൊണ്ട് ഗുണിക്കുകയാണ് ചെയ്യുന്നത്. 7 x 13 x 11 = 1001 ആയിരിക്കും. അതായത്, നാം മൂന്നക്ക സംഖ്യയെ 7, 11, 13 എന്നീ സംഖ്യകൾകൊണ്ട് ഗുണിക്കുന്നു. അപ്പോൾ, ഈ സംഖ്യകൾകൊണ്ട് ഹരിച്ചാൽ ശിഷ്ടമുണ്ടാവില്ല.

4. എന്തുകൊണ്ട്?

76 ൽ അവസാനിക്കുന്ന രണ്ട് സംഖ്യകളെ നമുക്ക് (100a+76), (100b+76) എന്നിങ്ങനെ രേഖപ്പെടുത്താം. ഇവിടെ a, b എന്നത് പൂജ്യമല്ലാത്ത പൂർണസംഖ്യകളായിരിക്കണം.

ഈ സംഖ്യകൾ തമ്മിൽ ഗുണിച്ചാൽ,

(100a+76) (100b+70)

= 10000ab + 7600b + 7600a + 5776

= 100 (100ab+76b+76a+57)+ 76

76 ഒഴികെ ബാക്കി എല്ലാ സംഖ്യയും 100 കൊണ്ട് ഗുണിക്കപ്പെടുന്നതിനാലും a , b എന്നിവ പൂർണസംഖ്യകൾ ആയതിനാലും, ഇവ ഒന്നുംതന്നെ ഒന്നാം സ്ഥാനത്തോ പത്താം സ്ഥാനത്തോ വരികയില്ല. അതായത്, ഇത്തരം സംഖ്യകളുടെ ഗുണനഫലം എല്ലായ്പ്പോഴും 76 ൽത്തന്നെ അവസാനിക്കും.

5. എന്തുകൊണ്ട്?

ലിഫ്റ്റിലെ 20 എന്ന ബട്ടൻ അമർത്താനുള്ള ഉയരം ടിന്റുമോന് ഇല്ല.

6. പാലിൻ ഡ്രോമികങ്ങൾ

20022002 എന്ന സംഖ്യയുടെ ഘടകങ്ങൾ 2, 11, 13, 73, 7, 137 എന്നിവയാണ്. ഇവയുടെ ഗുണനഫലങ്ങൾ ഏതെല്ലാമാണ് പാലിൻ ഡ്രോമികങ്ങൾ എന്ന് കണ്ടുപിടിച്ചാൽ മതിയാകും.

11 X 2 = 22 ഒരു പാലിൻ ഡ്രോമികമാണ്.

13 X 73 = 949

7 X 137 = 959

തന്നിട്ടുള്ള സംഖ്യയുടെ പാലിൻ ഡ്രോമിക ഘടകങ്ങൾ 22, 949, 959 എന്നിവയാണ്.

7. സംഖ്യകളേവ?

10, 14 എന്നീ സംഖ്യകൾ പരസ്പരം സ്ഥാനം മാറിയിരിക്കുന്നു. ഇവ യഥാസ്ഥാനത്ത് ചേർത്താൽ ഇത് ഒരു മാന്ത്രിക ചതുരമായിരിക്കും.

5	10	6	17
16	7	11	4
15	8	12	3
2	13	9	14

വരിയിലും, നിരയിലും കോണോടുകോണുള്ള സംഖ്യകളുടെ തുക 38 ആയിരിക്കും.

8. ഏതാണ് ബാക്കി?

12 + 18 = 30
14 + 20 + 26 = 60
ബാക്കി ആയത് 25 കി.ഗ്രാം തൂക്കം വരുന്നതാണ്.

9. അക്കങ്ങളുടെ തുക

ഉണ്ട് . 4913
അക്കങ്ങളുടെ തുക = 4 + 9 + 1 + 3 = 17
$17^3 = 4913$

10. അത്ഭുതം തന്നെ

ഉണ്ട്.
$1^3 + 5^3 + 3^3 = 1 + 125 + 27 = 153$

11. അത്ഭുതകരം

ഈ സംഖ്യയിലെ അക്കങ്ങളുടെ നാലാം ഘാതങ്ങളുടെ തുക ആയിരിക്കും ഈ സംഖ്യ.

$1^4 + 6^4 + 3^4 + 4^4 = 1 + 1296 + 81 + 256$
$= 1634$

12. വില എന്ത്?

ഡി) 3.141592..... ആയതിനാൽ

13. സംഖ്യ ഏത്?

6, 7, 8 എന്നിവയുടെ ല.സ.ഗു. ആയ 168 തന്നെ.

ഒരു സംഖ്യയെ 6 കൊണ്ട് നിശ്ശേഷം ഹരിക്കാമെങ്കിൽ 6 കുറച്ചാലും 6 കൊണ്ട് നിശ്ശേഷം ഹരിക്കാം.

14. എങ്ങനെ നിർമിക്കാം?

1) 111 - 1(11) = 100

2) $[(2^2)!] + 2/2]\ 2 \times 2$
$= [(4)\ !] + 1]\ 4$
$= (4 \times 3 \times 2 \times 1 + 1)\ 4$
$= (25)\ (4) = 100$

3) $33 \times 3 + 3^{3-3}$
$= 99 + 3^0 = 99 + 1 = 100$

4) 44 + 44 + (4!) / Ö4
88 + (1 x 2 x 3 x 4) / 2
88 + 12 = 100

5) 55 + 55 - 5 - 5
= 110 - 10
= 100

15. നാല് മൂന്നുകൾ

1 = 33/33

2 = (3/3) + (3/3)

3 = (3 + 3 + 3) / 3

4 = (3 x 3 + 3) / 3

5 = (3+3) -(3 / 3)

6 = 3 + 3 + 3 - 3

7 = 3 + 3 + 3/3

8 = 3 x 3 - 3/3

9 = 3 x 3 + 3 - 3

10 = 3 x 3 + 3/3

16. എങ്ങനെ അളന്നെടുക്കും?

പതിനഞ്ച് സ്റ്റെപ്പുകൾ ആവശ്യമായി വരും. സ്റ്റെപ്പുകൾ താഴെ കൊടുക്കുന്നു:

സ്റ്റെപ്പ് നമ്പർ	7 ലി.	13 ലി.	19 ലി.
നിലവിൽ ഉള്ളത്	7	13	0
1	0	13	7
2	0	1	19
3	7	1	12
4	0	8	12
5	7	8	5
6	2	13	5
7	2	0	18
8	0	2	18
9	7	2	11
10	0	9	11
11	7	9	4
12	3	13	4
13	3	0	17
14	0	3	17
15	7	3	10

17. എപ്പോൾ പ്രായം ഇരട്ടിക്കും?

x വർഷം കഴിഞ്ഞാൽ പിതാവിന്റെ വയസ്സ് മകളുടെ വയസിന്റെ ഇരട്ടി ആകുമെന്ന് സങ്കൽപ്പിക്കുക.

പിതാവിന്റെ ഇപ്പോഴത്തെ വയസ്സ് = 30

x വർഷം കഴിഞ്ഞാൽ പിതാവിന്റെ വയസ്സ് = 30 + x

മകളുടെ ഇപ്പോഴത്തെ വയസ്സ് = 5

x വർഷം കഴിഞ്ഞാൽ മകളുടെ വയസ്സ് = 5 + x

സമവാക്യം = $2(5 + x) = 30 + x$

$10 + 2x = 30 + x$

$x = 20$

20 വർഷം കഴിഞ്ഞാൽ പിതാവിന് മകളുടെ ഇരട്ടി വയസുണ്ടാകും.

അപ്പോൾ പിതാവിന്റെ വയസ്സ് = 30 + 20 = 50

മകളുടെ വയസ്സ് = 5 + 20 = 25

18. രസകരമായ പ്രത്യേകത

ഇവയുടെ തുക തുല്യമാണ്!

6 + 12 + 17 + 120 + 45 = 200

72 + 36 + 17 + 60 + 15 = 200

19. ഗണിതശാസ്ത്രജ്ഞനാര്?

Euler (മുഴുവൻ പേര് ലിയോനാർഡ് ഓയ്‌ലർ) സ്വിറ്റ്സർലണ്ടിൽ ജീവിച്ചിരുന്ന ഓയ്‌ലർ (1707 - 1783) 18-ാം നൂറ്റാണ്ടിലെ ഏറ്റവും മഹാനായ ഗണിതശാസ്ത്രജ്ഞൻ എന്ന് വിശേഷിപ്പിക്കപ്പെടുന്നു.

20. വയസെത്ര?

വരന്റെ വയസ്സ് 32

വധുവിന്റെ വയസ്സ് 23

നാലു വർഷം കഴിഞ്ഞാൽ വരന്റെ വയസ്സ് = 32 + 4 = 36

നാലു വർഷം കഴിഞ്ഞാൽ വധുവിന്റെ വയസ്സ് = 23+4=27

ഇവ രണ്ടും 9 ന്റെ ഗുണിതങ്ങളാണ്.

21. രണ്ട് സമചതുരങ്ങളും.....

22. ഘടകങ്ങൾ ഏവ?

ഘടകങ്ങൾ 32463, 38030, 36070, 34227

32463 x 38030 = 1 2 3 4 5 6 7 8 9 0

36070 x 34227 = 1 2 3 4 5 6 7 8 9 0

23. സംഖ്യ ഏത്?

450

സംഖ്യ 540 ആകുമ്പോൾ 20% വർധിക്കുന്നു.

24. തുടർച്ചയായ സംഖ്യകൾ

രണ്ട് ഉത്തരങ്ങൾ കാണാം.

2, 3	1, 2, 3
14, 15	5, 6, 7
2 x 3 = 6,	1 x 2 x 3 = 6
14 x 15 = 210,	5 x 6 x 7 = 210

25. തലതിരിയും

3 x 3 ന് പകരം 3^3 ആക്കിയാൽ മതി

$3^3 + 3 + 3/3 = 27 + 3 + 1 = 31$

26. തുക ഏതാണ് വലുത്?

തുക തുല്യമായിരിക്കും! രണ്ടാമത്തെ ഭാഗത്തുള്ള സംഖ്യകൾ ചെറുതാണെന്ന് തോന്നാം. പക്ഷേ, സ്ഥാനത്തിന് മാറ്റമുണ്ട്. 1 എന്നത് യഥാർഥത്തിൽ പതിനായിരമാണെന്ന് ശ്രദ്ധിച്ചാൽ മനസിലാകും.

27. എത്ര വയസാകും?

24 വയസാകും.

1900 അയാൾക്ക് ജന്മദിനമുണ്ടാകില്ല.

1900 ഒരു അധിവർഷമല്ല. നൂറ്റാണ്ടുകൾ 400 കൊണ്ടു ഹരിക്കാമെങ്കിലേ അധിവർഷമാവുകയുള്ളൂ.

28. എങ്ങനെ സംഭവിച്ചു?

അവസാനത്തെ ആൾ പാക്കറ്റ് ഉൾപ്പെടെയാണ് ഓറഞ്ച് എടുത്തത്.

29. മിഠായികളെത്ര?

50

അമ്പതിന്റെ പകുതി 25

ഒന്നു കൂടുതൽ കൊടുത്തു. 25 + 1 = 26

ബാക്കി = 24

ഇതിന്റെ പകുതി 12

രണ്ടാമത്തെ കൂട്ടുകാർക്ക് പകുതിയും 2 കൂടുതലും കൊടുത്തു. ബാക്കി 10

ഇതിന്റെ പകുതി 5

കൂടുതൽ കൊടുത്തത് 3

മൂന്നാമത്തെ കൂട്ടുകാരിക്ക് കൊടുത്തത് 5 + 3 = 8

ബാക്കി 2

30. സംഖ്യ ഏത്?

46

31. റോഡ് മുറിച്ചു കടന്നാൽ

6 2 5 1 3 + 9 6 2 3 3 = 1 5 8 7 4 6

ഇവിടെ R = 6, 0 = 2, A = 5
D = 1 S = 3 C = 9
N = 8 G = 7 E = 4

32. എങ്ങനെ നിർമിക്കാം?

ഈ ചതുരത്തിന്റെ നീളം 3 യൂണിറ്റും വീതി ഒരു യൂണിറ്റുമാണ്.
വിസ്തീർണം = നീളം x വീതി = 3 x 1 = 3 ച.യൂണിറ്റ്

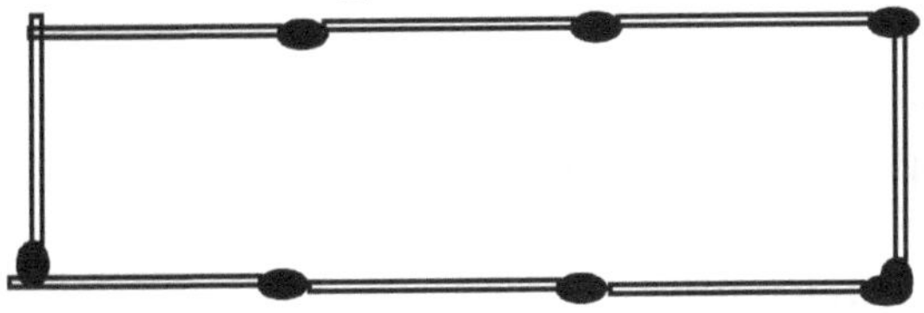

33. എങ്ങനെ നിർമിക്കാം?

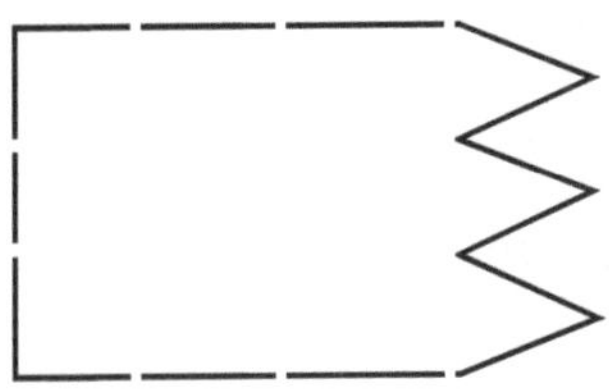

34. സംഖ്യ ഏത്?

4/3

(4/3) + 4= 16/3

(4/3) x 4 = 16/3

35. സംഖ്യകൾ ഏവ?

1 6 5 8 3 7 4 2 x 9 = 1 4 9 2 5 3 6 7 8

36. വിട്ടുപോയ സംഖ്യ ഏത്?

ത്രികോണത്തിലെ ചുറ്റുമുള്ള സംഖ്യകളുടെ വർഗങ്ങളുടെ തുകയാണ് മധ്യത്തിൽ നൽകിയിട്ടുള്ളത്.

$3^2 + 4^2 + 8^2 = 9 + 16 + 64 = 89$

$7^2 + 2^2 + 5^2 = 49 + 4 + 25 = 78$

ഇതുപ്രകാരം,

$6^2 + 9^2 + 1^2 = 36 + 81 + 1 = 118$

വിട്ടുപോയ സംഖ്യ = 118

37. അക്ഷരങ്ങൾക്ക് അക്കം

48449
58603
107052

ഇവിടെ, B = 4, O = 8, Y = 9, L = 5, V = 6
E = 0, J = 1, W = 7, S = 2

38. ഏത് വാക്കുകൾ

'ഞാൻ ചിന്തിക്കുന്നു. അതുകൊണ്ട് ഞാൻ ഉണ്ട്.
(I think, therefore I am)

39. വയസെത്ര?

ഒരു വർഷത്തിൽ ഏറ്റവും കുറഞ്ഞത് 52 ഞായറാഴ്ചകൾ കാണും. 36 വയസായതിനാൽ 36 x 52 = 1872 ദിവസങ്ങൾ ഒഴിവാക്കി (ഇതിൽ അൽപ്പം കൂടുതലായിരിക്കും) 1872 ദിവസം 5 വർഷത്തിൽ കൂടുതലായതിനാൽ 36 + 5 = 41 വയസാകും. 5 വർഷം കൂടുതൽ വരുന്നതിനാൽ ആ ഞായറാഴ്ചകൾ കൂടി പരിഗണിക്കുമ്പോൾ 42 വയസാകും.

40. ബൈന്റിംഗ് ചാർജ്

ബൈന്റിംഗ് ചാർജ് 20 രൂപയും പുസ്തകത്തിന്റെ വില 100 രൂപയും ആണെന്ന് തോന്നാം. അപ്പോൾ വ്യത്യാസം 100 - 20 = 80 രൂപ ആയിരിക്കും. ഇവിടെ വ്യത്യാസം 100 എന്ന് തന്നിരിക്കുന്നു. പുസ്തകത്തിന്റെ വില 110 രൂപയും ബൈന്റിംഗ് ചാർജ് 10 രൂപയും ആയിരിക്കും; 110−10=100.

41. അഞ്ച് രണ്ടുകൾ

1) $(2+2)^2 - 2/2$

2) $22/2+2+2$

3) $22/2+2\times2$

4) $22/2+2^2$

5) $2^{2+2}-(2/2)$

42. സംഖ്യ ഏത്?

Ten thousand	=	10000
Ten hundred	=	1000
Ten	=	10
Sum	=	11010

ഉത്തരം: സി.

43. വിട്ടുപോയ സംഖ്യ ഏത്?

താഴത്തെ വരിയിലെ സംഖ്യകളുടെ തുകയുടെ ഒന്നരമടങ്ങാണ് മുകളിലെ സംഖ്യ.

3 (6+8+10) / 2

3 (10+12+4) / 2

3 (11+9+8) / 2

വിട്ടുപോയ സംഖ്യ = 8

44. ഓണപ്പൂക്കളം

ഏറ്റവും ചെറിയ ചുറ്റിൽ x പൂക്കൾ ഉണ്ട് എന്ന് വിചാരിക്കുക.

$x + x + 6 + x + 12 + x + 18 + x + 24 = 100$

$5x + 60 = 100, \quad x = 8$

ഏറ്റവും വലിയ ചുറ്റിലെ പൂക്കളുടെ എണ്ണം = $x + 24 = 32$

45. സ്ഥാനമേത്?

വക്രങ്ങൾ ഉള്ള അക്ഷരങ്ങൾ രണ്ടാമത്തെ വരിയിലും വക്രങ്ങൾ ഇല്ലാത്തവ ഒന്നാമത്തെ വരിയിലുമാണ് എഴുതിയിട്ടുള്ളത്. ഇതനുസരിച്ച് P,Q,R,S എന്നിവയുടെ സ്ഥാനം രണ്ടാം വരി ആയിരിക്കും.

46. എങ്ങനെ എഴുതാം?

MATHS എന്ന വാക്കിൽ M എന്ന അക്ഷരത്തിന് പകരം N എന്നാണ് ഉപയോഗിച്ചിട്ടുള്ളത്. അതായത്, അടുത്ത അക്ഷരം. അപ്പോൾ A എന്ന അക്ഷരത്തിന് പകരം വേണ്ടത് B ആണ്.

പക്ഷേ, C ആണ് കൊടുത്തിട്ടുള്ളത്. അപ്പോൾ നമുക്ക് മറ്റൊരു ക്രമം കിട്ടുന്നു; 'അടുത്തത്', 'രണ്ടാമത്തേത്'. അപ്പോൾ ഇനി വരുന്ന അക്ഷരം മൂന്നാമത്തേതാണോ എന്ന് നോക്കുക. T കഴിഞ്ഞ് മൂന്നാമത്തെ അക്ഷരമാണ് W എന്ന് കാണാം. സ്വാഭാവികമായും H കഴിഞ്ഞുള്ള നാലാമത്തെ അക്ഷരം L ഉം S കഴിഞ്ഞാലുള്ള അഞ്ചാമത്തെ അക്ഷരം X ഉം ആയിരിക്കും. അതുതന്നെയാണ് ചോദ്യത്തിൽ തന്നിട്ടുള്ളത്. അപ്പോൾ ക്രമം നമുക്ക് മനസിലായി. അപ്പോൾ DIGIT എന്നതിനെ EKJMY എന്ന് എഴുതാം.

47. ത്രികോണങ്ങളെത്ര?

തന്നിട്ടുള്ള ചിത്രത്തിൽ ചില ബിന്ദുക്കൾക്ക് പേർ നൽകുന്നു.

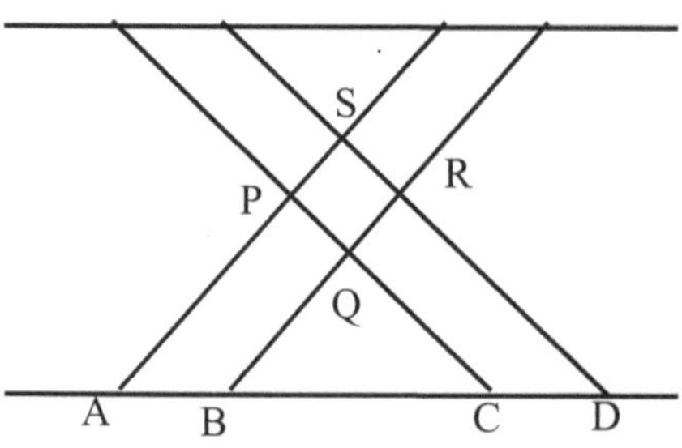

ചിത്രത്തിൽ താഴെ ഭാഗത്ത് APC, BRD, BQC, ASD എന്നിങ്ങനെ 4 ത്രികോണങ്ങൾ കാണാം. ഇതുപോലെ മുകളിലും 4 ത്രികോണങ്ങൾ. ആകെ 8 സമഭുജ ത്രികോണങ്ങൾ ഉണ്ടാകും.

48. വശത്തിന്റെ നീളം

ത്രികോണം A B C യുടെ കർണം 13 യൂണിറ്റും ഉന്നതി 12 യൂണിറ്റും ആയതിനാൽ പാദം പൈഥഗോറസ് സിദ്ധാന്തപ്രകാരം പാദം = 5 യൂണിറ്റ്.

ത്രികോണം PQR ന്റെ വശങ്ങളുടെ നീളങ്ങൾ ത്രികോണം ABC യുടെ പകുതി ആണെന്ന് വരുന്നു. അതിനാൽ, PQ = 2.5 ആയിരിക്കും.

49. ആര് ജയിക്കും?

അഖിലേഷ് ഇവിടെ 110 മീറ്റർ ഓടണം. അഖിലേഷ് 100 മീറ്റർ ഓടുമ്പോൾ അർജുന് 90 മീറ്റർ മാത്രമേ ഓടാൻ സാധിക്കൂ. അഖിലേഷ് 10 മീറ്റർകൂടി ഓടുമ്പോൾ അർജുൻ 9 മീറ്റർ കൂടി ഓടും. അപ്പോൾ ഫിനിഷിംഗ് പോയിന്റിൽ ആദ്യമെത്തുന്നത് അഖിലേഷ് തന്നെ ആയിരിക്കും. അപ്പോൾ അർജുൻ ഒരു മീറ്റർ പിന്നിലായിരിക്കും.

50. സംഖ്യ ഏത്?

സംഖ്യകളുടെ ഗുണനഫലത്തിനൊടുവിൽ 4 ചേർത്തിരിക്കുന്നു. അതിനാൽ, 5 x 6 എന്നത് 304 ആയിരിക്കും

51. എട്ട് എത്ര?

2 = 2 x 0 = 0 , 3 = 3 x 1 = 3 , 4 = 4 x 2 = 8 , 5 = 5 x 3 = 15 ആയതിനാൽ 8 = 8 x 6 = 48

52. കുട്ടികളുടെ എണ്ണമെത്ര?

ആകെ കുട്ടികളുടെ എണ്ണം = 770
ആൺകുട്ടികളുടെയും പെൺകുട്ടികളുടെയും
അനുപാതം = 5 : 6
ആൺകുട്ടികളുടെ എണ്ണം = 5 (770)/11 = 350
പെൺകുട്ടികളുടെ എണ്ണം = 6 (770)/11 = 420

1 :1 എണ്ണങ്ങളുടെ തുല്യതയെ കാണിക്കുന്നു. എണ്ണം തുല്യമാകാൻ 420 – 350 = 70 ആൺകുട്ടികളെ ചേർക്കണം.

53. സമയം എങ്ങനെ കണക്കാക്കാം

ആദ്യം രണ്ടിനം മെഴുകുതിരികൾ ഒരേസമയത്ത് കത്തിക്കുക. 7 മിനിറ്റാകുമ്പോൾ ഒരു മെഴുകുതിരി കത്തിത്തീരും. ആ സമയത്ത് മരുന്ന് ചൂടാക്കാൻ തുടങ്ങുക. 4 മിനിറ്റ് സമയം കത്തും. ആ മെഴുകുതിരി കെടുന്ന സമയത്ത് 11 മിനിറ്റ് കത്തുന്ന മെഴുകുതിരി കത്തിക്കുക. അതു തീരുമ്പോൾ സമയം 15 മിനിറ്റാകും.

54. ആഴ്ച എന്ത്?

ഒന്നാം തീയതി വ്യാഴാഴ്ചയാണെങ്കിൽ 29-ാം തീയതിയും വ്യാഴാഴ്ച ആയിരിക്കുമല്ലോ. അതിനാൽ, ആ മാസത്തിന് അഞ്ച് ശനിയാഴ്ചകൾ ഉണ്ടായിരിക്കും.

55. ശിഷ്ടം എത്ര?

ഏഴിനെ 777 പ്രാവശ്യം ഗുണിച്ച് പത്തുകൊണ്ട് ഹരിക്കുന്ന ക്രിയ ഏതായാലും ഭഗീരഥപ്രയത്നം തന്നെ. ഈ ക്രിയ യഥാർഥത്തിൽ അനാവശ്യമാണ്. 7 ന്റെ വ്യത്യസ്ത കൃതികളിലുള്ള സംഖ്യകൾ ഏത് അക്കത്തിൽ അവസാനിക്കുന്നു എന്ന് കണ്ടുപിടിക്കാൻ സാധിച്ചാൽ നമുക്ക് എളുപ്പത്തിൽ ഉത്തരം കാണാം. കാരണം, ഒരു സംഖ്യയെ പത്തുകൊണ്ട് ഹരിച്ചാലുള്ള ശിഷ്ടം സംഖ്യയിലെ അവസാനത്തെ അക്കമായിരിക്കും. വ്യത്യസ്ത കൃതിയിലുള്ള ഏഴ് ഏതൊക്കെ അക്കത്തിൽ അവസാനിക്കുന്നു എന്ന് താഴെ കൊടുത്തിരിക്കുന്ന ഉദാഹരണങ്ങളിൽനിന്ന് മനസിലാക്കാൻ ശ്രമിക്കുക.

$7^0 = 1$

$7^1 = 7$

$7^2 = 49$

$7^3 = 343$

$7^4 = 2401$

$7^5 = 16807$

$7^6 = 117649$

$7^7 = 823543$

$7^8 = 5764801$

മേൽ ഉദാഹരണങ്ങളിൽനിന്ന് എന്ത് മനസിലാക്കാം?

പൂജ്യം മുതലുള്ള കൃതികൾക്ക് ക്രമത്തിൽ 1, 7, 9, 3, 1, 7, 9, 3 എന്നിങ്ങനെ അവസാനിക്കും. അതായത്, ഏഴിന്റെ കൃതി 4 ന്റെ ഗുണിതമാണെങ്കിൽ 1 ൽ അവസാനിക്കും. അപ്പോൾ 7^{776} എന്നത് 1 ൽ അവസാനിക്കും. 7^{777} എന്നത് 7 ൽ അവസാനിക്കും. 7 ൽ അവസാനിക്കുന്നതിനാൽ ഇതിനെ പത്തുകൊണ്ട് ഹരിച്ചാലുള്ള ശിഷ്ടം 7 ആയിരിക്കും.

56. ക്രിയചെയ്യരുത്?

ഗുണ്യത്തിലെയും ഗുണകത്തിലെയും ഒന്നാം സ്ഥാനങ്ങളിലെ അക്കങ്ങൾ 9 വീതമായതിനാൽ ഗുണനഫലം ഒന്നിൽ മാത്രമേ അവസാനിക്കുകയുള്ളൂ. അപ്പോൾ എ യിൽ കൊടുത്തിരിക്കുന്ന ഉത്തരം ഉറപ്പായും തെറ്റാണെന്ന് അനുമാനിക്കാം. ബാക്കിയുള്ള മൂന്ന് ഉത്തരങ്ങളും ഒന്നിൽ അവസാനിക്കുന്നു. ഗുണ്യവും ഗുണകവും 9 ന്റെ ഗുണിതങ്ങളാണ്. അപ്പോൾ ഗുണനഫലവും ഒമ്പതിന്റെ ഗുണനമായിരിക്കും. ഒരു സംഖ്യ ഒമ്പതിന്റെ ഗുണനമാണെങ്കിൽ അക്കങ്ങളുടെ തുക ഒമ്പതായിരിക്കും. സി യിലുള്ള ഉത്തരത്തിൽ മാത്രമേ അക്കങ്ങളുടെ തുക 9 വരുന്ന സംഖ്യയുള്ളൂ. അതിനാൽ ഉത്തരം സി.

57. എത്രസമയം?

35 മിനിറ്റ് തന്നെ.

58. കൂട്ടത്തിൽപ്പെടാത്തത്

സി) Mathematics. Mathematics ന്റെ മൂന്ന് ശാഖകളാണ് മറ്റ് മൂന്ന് വിഷയങ്ങൾ.

59. സംഖ്യ ഏത്?

8

60. ഉത്തരം എത്ര?

$a^2 - b^2 = (a + b)(a - b)$ എന്ന് നമുക്കറിയാം.

$20^2 - 19^2 = (20 + 19)$

$= (39)(1) = 39$

$(20^2 - 19^2)/3 = 39/3 = 13$

61. തത്തകളുടെ എണ്ണം

തത്തകളുടെ എണ്ണം ഏഴും അഞ്ചുമാണ്. ഏഴുള്ളതിൽനിന്ന് ഒന്ന് അങ്ങോട്ടു പോയാൽ രണ്ടു മരങ്ങളിലും ആറു വീതമാകും. അഞ്ചിൽനിന്ന് ഒന്ന് ഇങ്ങോട്ടു വന്നാൽ എട്ടും നാലുമാകും. ഒരു മരത്തിലുള്ളതിന്റെ ഇരട്ടി മറ്റേ മരത്തിൽ. ശരിയായില്ലേ?

62. അക്കങ്ങളെക്കൊണ്ട് കളിക്കാം

5 8 3

1 4 6

7 2 9

63. എത്ര ഗോളങ്ങൾ

30

64. സ്ഥലം ഭാഗിക്കുക

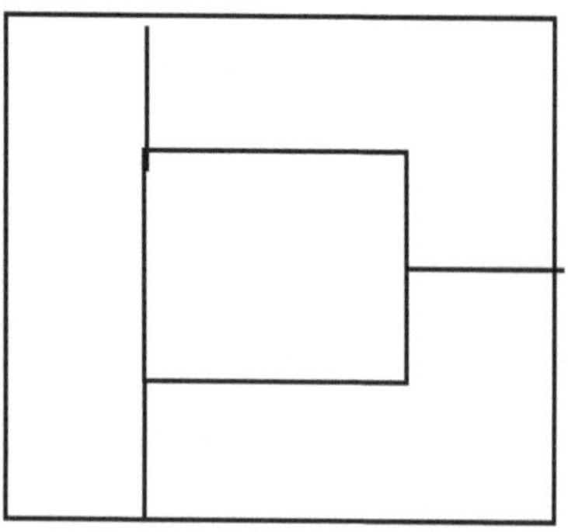

65. ഗുണിച്ചാൽ

10	12	1
4	2	15
3	5	8

66. വയസ്സ് എത്ര?

ധന്യയുടെ വയസ്സ് = 9

ധനേഷിന്റെ വയസ്സ് = 18

7 വർഷം കഴിഞ്ഞാൽ ധന്യയുടെ വയസ്സ് = 9 + 7 = 16

7 വർഷം കഴിഞ്ഞാൽ ധനേഷിന്റെ വയസ്സ് = 18 + 7 = 25

രണ്ട് വയസും പൂർണവർഗങ്ങളാണല്ലോ.

67. എത്ര ആപ്പിൾ

4 ഓറഞ്ചിന്റെ തൂക്കം = 1 കിലോ

20 ഓറഞ്ചിന്റെ തൂക്കം = 5 കിലോ

ബാലൻസ് ചെയ്യാൻ ഇനി 5 കിലോഗ്രാം ഭാരമുള്ള ആപ്പിൾ വയ്ക്കണം.

5 ആപ്പിളിന്റെ തൂക്കം = 1 കിലോ

5 കിലോഗ്രാമിന് 25 ആപ്പിൾ വേണ്ടിവരും.

68. എങ്ങനെ എഴുതാം?

അക്ഷരങ്ങളെ അക്ഷരമാലാക്രമത്തിലാണ് എഴുതിയിട്ടുള്ളത്. ഇതുപ്രകാരം ALGEBRAയെ AABEGLR എന്ന് എഴുതാം.

69. ഇഷ്ടികകളുടെ എണ്ണം

ഇഷ്ടികയുടെ കൃത്യമായ നീളം, വീതി, ഉയരം എന്നിവ തന്നിട്ടില്ല. അതിനാൽ ഏത് എണ്ണവും ആകാം എന്ന് സംശയിക്കാം. യഥാർഥത്തിൽ ഇഷ്ടികകൾ നിർമിക്കുമ്പോൾ അതിന്റെ അളവുകൾ ഒരു നിശ്ചിത അളവിലായിരിക്കും നിർമിക്കുന്നത്. അടുക്കിന്റെ ആകെ വ്യാപ്തം 12 x 10 x 8 = 960 ആയിരിക്കും. ഇതുമായി അംശബന്ധത്തിലുള്ള അളവിനായിരിക്കും ഏറ്റവും കൂടുതൽ സാധ്യതയുള്ളത്. ഇത് 480 ആണ്. ഉത്തരം സി എന്ന് ഉറപ്പിക്കാം.

70. പണം എന്ത് ?

ഓരോരുത്തരുടെയും കൈയിലുള്ള തുക യഥാക്രമം a, b, c, d, e എന്നിരിക്കട്ടെ,

അപ്പോൾ, $a/2 + b + c + d + e$

$= a + b/3 + c + d + e$

$= a + b + c/4 + d + e$

$= a + b + c + d/5 + e$

$= a + b + c + d + e/6$

$a + b + c + d + e = k$ ആയാൽ,

$k - a/2 = k - 2b/3 = k - 3c/4 = k - 4d/5 = k - 5e/6$

അതായത്, $a/2 = 2b/3 = 3c/4 = 4d/5 = 5e/6$

$a : b : c : d : e = 120 : 90 : 80 : 75 : 72$

കച്ചവടക്കാരുടെ കൈവശമുള്ള തുക യഥാക്രമം 120, 90, 80, 75, 72 വീതം പണം ആയിരിക്കും.

ആഭരണത്തിന്റെ വില = $a/2 + b + c + d + e = 377$ പണം.

71. ഏതാണ് വലുത്?

2^{100} ആണ് വലുത് ഇത് ഒന്ന് കൂടുതലായിരിക്കും

$2^1 + 2^0 = 2 + 1 = 3$ ഇതിനേക്കാൾ 1 കൂടുതലാണ് 2^2

$2^2 + 2^1 + 2^0 = 7$ ഇതിനേക്കാൾ 1 കൂടുതലാണ് 2^3

$2^3 + 2^2 + 2^1 + 2^0 = 15$ ഇതിനേക്കാൾ 1 കൂടുതലാണ് 2^4

72. വയസ്സ് എത്ര?

രാജന്റെ വയസ്സ് = 52

മക്കളുടെ വയസ്സ് = 25, 27 വീതമാണ്. ഇവയുടെ തുക = 25 + 27 = 52

73. എങ്ങനെ എഴുതാം?

22 + 2

74. ത്രികോണങ്ങൾ എത്ര?

26

75. മാജിക്ക് ക്രോസ്

	1	3	
4	5	11	6
7	8	2	9
	12	10	

76. സംഖ്യ ഏത്?

729. ഇത് 27 ന്റെ വർഗമാണ്. ഒമ്പതിന്റെ ക്യൂബുമാണ്.

77. വയസ്സ് എത്ര?

സ്ത്രീയുടെ വയസ്സ് 45.

ഭർത്താവിന്റെ വയസ്സ് 54.

വയസുകളുടെ തുക = 45 + 54 = 99.

മകന്റെ വയസ്സ് = 11.

99 നെ 11 കൊണ്ട് ഹരിച്ചാൽ 9 കിട്ടും.

ഇത് അവരുടെ വയസുകളുടെ വ്യത്യാസമാണല്ലോ.

78. എങ്ങനെ ക്രമീകരിക്കാം?

അക്കങ്ങൾ ക്രമീകരിക്കുന്ന വിധം ചിത്രത്തിൽ കൊടുത്തിരിക്കുന്നു. ഇതിലെ ഓരോ വരിയിലുമുള്ള അക്കങ്ങളുടെ തുക ഇരുപതാണെന്ന് കാണാം.

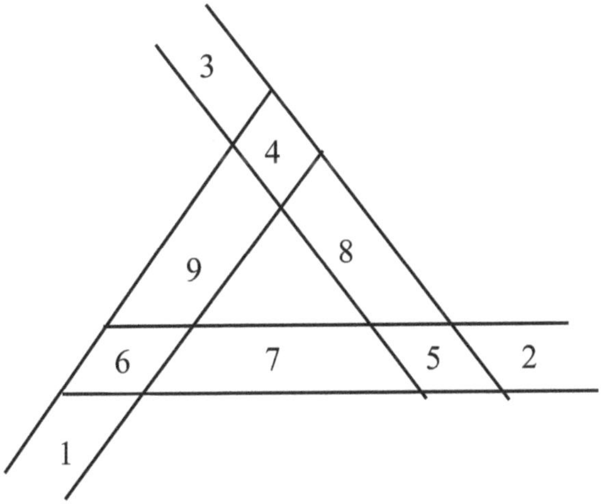

79. ഏറ്റവും വലിയ സംഖ്യ?

2^{22}. ഇത് $2^{11} \times 2^{11}$ = 2048 X 2048 = 4194304 ആയിരിക്കും.

80. മാന്ത്രികചതുരം നിർമിക്കുക?

6	19	24	9	22
11	18	20	27	4
25	15	16	17	7
28	5	12	14	21
10	23	8	13	26

9 789384 445454

Printed by Libri Plureos GmbH in Hamburg,
Germany